AF528080

സുകുമാരൻ പെരിയച്ചൂർ

1964-ൽ കണ്ണൂർ ജില്ലയിലെ മട്ടന്നൂരിനടുത്ത പെരിയച്ചൂരിൽ ജനനം. പിതാവ്: കിണ്ട്യൻ രാമൻ. മാതാവ്: നാരായണി.

ഇരിക്കൂർ ഗവ. ഹൈസ്കൂൾ, മട്ടന്നൂർ പഴശ്ശിരാജ എൻ.എസ്.എസ് കോളജ് എന്നിവിടങ്ങളിൽ വിദ്യാഭ്യാസം. ചരിത്രത്തിൽ ബിരുദവും ബിരുദാനന്തരബിരുദവും ബി.എഡും.

മാതൃഭൂമി ആഴ്ചപ്പതിപ്പിലെ ബാലപംക്തിയിലൂടെ എഴുതിത്തുടങ്ങി. ഉമ്മക്കേന, ബാലൻ തോലൻ തൊണ്ടോലൻ, നാണന്റെ നാടൃങ്ങൾ, കിന്നാരം കിച്ചു, മാണ്ടാവു മുത്തശ്ശി, മിഠായിക്കുട്ടികൾ എന്നീ ബാലസാഹിത്യകൃതികൾ പ്രസിദ്ധീകൃതമായി. 'എന്തു പഠിക്കണം'എന്ന അക്കാദമിക വൈജ്ഞാനിക സാഹിത്യം 2010ൽ കുഞ്ഞുണ്ണി പുരസ്കാരം നേടി. സ്വാമി വിവേകാനന്ദൻ (ജീവചരിത്രം), എന്ത് പഠിക്കണം എന്നിവയാണ് മറ്റുകൃതികൾ.

പുരസ്കാരങ്ങൾ: 1991-ലെ കാനേഷുമാരി കണക്കെടുപ്പിൽ രാഷ്ട്രപതിയുടെ വെള്ളിമെഡൽ, 1992-ൽ സംസ്ഥാന വിദ്യാഭ്യാസവകുപ്പ് അധ്യാപകർക്കായി നടത്തിയ ചെറുകഥാമത്സരത്തിൽ ഒന്നാം സ്ഥാനവും, 1994, 2002-ൽ രണ്ടാം സ്ഥാനവും ലഭിച്ചിട്ടുണ്ട്. 2008-ലും 2009-ലും ഏറ്റവും മികച്ച അധ്യാപകനുള്ള മുംബൈ അജിത് ഫൗണ്ടേഷന്റെ നൂതന അധ്യാപക അവാർഡ്. 2010-ൽ കുഞ്ഞുണ്ണി പുരസ്കാരം. 2018-ൽ വിദ്യാഭ്യാസ പ്രവർത്തകനുള്ള സംസ്കൃതി പുരസ്കാരം, നാഷണൽ ബിൽഡർ അവാർഡ്, 2019 ൽ ദേശീയ അധ്യാപക പുരസ്കാരത്തിന് കേരളത്തിൽ നിന്ന് നോമിനേഷൻ ലഭിച്ചു.

ഗവണ്മെന്റ് ഹയർ സെക്കണ്ടറി സ്കൂൾ പ്ലസ്ടു ചരിത്രാധ്യാപകനായി വിരമിച്ചു. ഇപ്പോൾ അകം മാസിക & കൈരളി ബുക്സ് എഡിറ്ററായി പ്രവർത്തിച്ചു വരുന്നു.

ഭാര്യ: ഷീല (അധ്യാപിക)

മക്കൾ: കിഷൻ സുകുമാർ, നന്ദകിഷോർ

വിലാസം: നന്ദകിശോരം, കുശാൽനഗർ, കാഞ്ഞങ്ങാട്, കാസറഗോഡ് ജില്ല. ഫോൺ: 9747251000.

Email: sukumaranperiyachur@gmail.com

Malayalam Language

Bhagavatgitayile

Arjunavishadayogam

(Motivation)

by

Sukumaran Periyachur

♦

Published in October 2020

by Kairali Books Private Limited

Thalikkavu Road, Kannur.

Ph : 0497-2761200

E-Mail : Kairalibooksknr@gmail.com

♦

Cover Design

Prasanth Mangad

♦

Price ₹ : 170.00

79/20-21/SI.No.1149/POD500/NS 18.6

ISBN 978-93-89250-68-8

ഭഗവദ്ഗീതയിലെ
അർജ്ജുനവിഷാദയോഗം

സ്വതന്ത്രവ്യാഖ്യാനം
സുകുമാരൻ പെരിയച്ചൂർ

കൈരളി ബുക്സ്

സമർപ്പിക്കുന്നു...

എന്റെ അക്ഷരപുണ്യത്തിനു കാരണഭൂതരായ
പിതാവ് ശ്രീ കണ്ട്യൻ രാമനും
മാതാവ് ശ്രീമതി നാരായണിയ്ക്കും...
പിന്നെ
എന്റെ പ്രിയപ്പെട്ട പത്നി ഷീലയ്ക്കും...

മുഖവുര

പൂവ് വിരിയുന്നത് ആരും കാണാറില്ല. വിരിഞ്ഞതിനു ശേഷം മാത്രമാണ് നാം പൂവിനെ ശ്രദ്ധിക്കുക. മാന്തളിർ കണ്ടിട്ടില്ലേ! എത്രദിവസം തപസ്സിരുന്നാണ് മാന്തളിർ ഒന്നോ രണ്ടോ ദിനംകൊണ്ട് നമ്മെ അമ്പരപ്പിക്കുന്നത്. ഇതാണ് പ്രകൃതിയുടെ സുകൃതവീഥികൾ.

ഭഗവദ്ഗീതയ്ക്ക് ഒരു ഭാഷ്യം എഴുതുക ജീവിതത്തിൽ ഒരിക്കൽപ്പോലും ചിന്തിച്ചിട്ടേയില്ല. കാരണം സംസ്കൃതം പഠിച്ചിട്ടില്ല. സംസ്കൃതം പഠിച്ചാലേ അതിനെക്കുറിച്ച് ചിന്തിക്കാൻ പ്രാപ്തമാകുകയുള്ളൂ. അപ്പോഴാണ് മഹാരാഷ്ട്രയിലെ ജ്ഞാനേശ്വരൻ മറാഠിയിൽ രചിച്ച ജ്ഞാനേശ്വരി എന്റെ മനസ്സിൽ പ്രത്യക്ഷപ്പെടുന്നത്. ജ്ഞാനേശ്വരിയുടെ മലയാളപരിഭാഷ ലളിതവും സുന്ദരവുമാണ്.

നമ്മുടെ മാതൃഭാഷയായ മലയാളത്തിൽ അനേകം ഗീതാവ്യാഖ്യാനങ്ങളുണ്ടായിട്ടുണ്ട്. പുന്താനത്തിന്റെ പച്ചമലയാളത്തിലുള്ള ജ്ഞാനപ്പാനപോലെ സാധാരണക്കാരനു മനസ്സിലാവുന്ന രീതിയിൽ ഗീതാഭാഷ്യം എഴുതിയാലെന്താ എന്ന ഒരുൾവിളി കൊറോണക്കാലത്ത് തെളിഞ്ഞുവന്നു. ഭഗവദ്ഗീത സാധാരണക്കാരനും എളുപ്പം മനസ്സിലാക്കാൻ അർജ്ജുനവിഷാദയോഗം എന്ന ഒന്നാമധ്യായം ലളിതമായി വ്യാഖ്യാനിക്കാൻ ശ്രമിക്കുകയാണ് ഈ ലഘുഗ്രന്ഥത്തിലൂടെ.

'ഭഗവദ്ഗീതയിലെ അർജ്ജുനവിഷാദയോഗം' എന്ന പുസ്തകരചനയ്ക്ക് എനിക്ക് പ്രചോദനം നൽകിയ എല്ലാവർക്കും നന്ദി.

കാഞ്ഞങ്ങാട് **സുകുമാരൻ പെരിയച്ചൂർ**

13.08.2020

പ്രിയമുള്ളവരേ, ജ്ഞാനേശ്വരന്റെ ഭഗവദ്ഗീതയുടെ ഭാഷ്യം ജ്ഞാനേശ്വരി നാം ഓരോദിവസവും ഓരോ ശ്ളോകം വീതം പഠിക്കുകയാണ്. അതോടൊപ്പം ഭഗവദ്ഗീതയും പഠിക്കുന്നു.

ആദ്യം ജ്ഞാനേശ്വരൻ ആരെന്ന് നോക്കാം.

ഇരുപത്തി രണ്ടാം വയസ്സിൽ ഇഹലോകവാസം വെടിഞ്ഞ ജ്ഞാന പുരുഷൻ. ഏ.ഡി 1275ൽ മഹാരാഷ്ട്രയിലെ പൂനയ്ക്ക് സമീപമുള്ള ഇന്ദ്രായണീ നദീതീരത്തുള്ള ആളിന്ദി എന്ന ഗ്രാമത്തിൽ ജനിച്ചു. പിതാവ് വിഠൽ പന്ത് കുൽക്കർണി പണ്ഡിത തേജസ് ആയിരുന്നു. മാതാവ് രുഗ്മിണിഭായി വിശുദ്ധിയുടെ പ്രതീകമായി ഗ്രാമവാസികൾ ബഹുമാനിച്ചു.

ഇവർക്ക് നാല് മക്കൾ. നിവൃത്തി നാഥ്, ജ്ഞാനേശ്വരൻ, സോപാനം, മുക്താബായ്. ബ്രാഹ്മണ സമൂഹത്തിൽ പിറന്ന ഇവർ അന്നത്തെ സാമൂഹ്യ അനാചാരങ്ങൾക്കെതിരെ പ്രതികരിച്ചതിനാൽ സാമൂഹ്യഭ്രഷ്ട് കൽപ്പിച്ച് ബ്രാഹ്മണ പുരോഹിതർ ഇവരെ ദ്രോഹിച്ചു. മക്കൾക്ക് ഉപനയനം നൽകാൻ വിസമ്മതിച്ച മനോവേദനയിൽ വിഠൽപന്തും ഭാര്യ രുക്മിണിഭായിയും ഇന്ദ്രായണീ നദിയിൽ ചാടി ആത്മഹത്യ ചെയ്തു.

പൈഠാനിലെ ധർമപീഠത്തിൽ ചെന്ന് മാപ്പിരന്നാൽ ഉപനയനം നടത്തിത്തരാമെന്ന് പുരോഹിതർ വിധിച്ചു. പൈഠാനിലെത്തിയ അനാഥമക്കളെ ഒരു പുരോഹിതൻ അപമാനിച്ചു. 'നിന്റെ പേര് സൂചിപ്പിക്കുന്നത് പോലെ എന്ത് ജ്ഞാനമാണ് നിനക്കുള്ളത്.'

ജ്ഞാനേശ്വരൻ പറഞ്ഞു, 'ഈ സമസ്ത പ്രപഞ്ചത്തേയും കുറിച്ചുള്ള അറിവ് എനിക്കുണ്ട്. വാസ്തവത്തിൽ ഈ പ്രപഞ്ചം മുഴുവനും എന്റെതന്നെ പ്രതിച്ഛായയാണ്. താങ്കളും ഇവിടെയിരിക്കുന്ന ബ്രാഹ്മണരും ഈ ഗ്രാമവാസികളും മൃഗങ്ങളുമെല്ലാം.'

തത്സമയം വെള്ളം നിറച്ച തുകൽ സഞ്ചികൾ പുറത്ത് വെച്ചുകൊണ്ട് ഒരു പോത്തിനെ അതുവഴി കൊണ്ട് പോകുന്നുണ്ടായിരുന്നു. പോത്തിനെ ചൂണ്ടിക്കാട്ടി ആ പണ്ഡിതൻ പറഞ്ഞു. 'അപ്പോൾ

പോകുന്ന പോത്തും ജ്ഞാനേശ്വരൻ തന്നെ ആയിരിക്കുമല്ലോ.'

'എന്താണ് സംശയം. വെള്ളം നിറച്ചുവെച്ച കുടങ്ങളിലെല്ലാം സൂര്യബിംബം പ്രതിഫലിക്കുന്നത് പോലെ, ഈശ്വരചൈതന്യം മനുഷ്യരിലും മൃഗങ്ങളിലും ഒരു പോലെ നിറഞ്ഞിരിക്കുന്നു.' ജ്ഞാനേശ്വരൻ പറഞ്ഞു.

'ഓഹോ.. അങ്ങനെയോ? എങ്കിൽ ആ പോകുന്ന പോത്തും നീയും തമ്മിൽ വ്യത്യാസമൊന്നുമില്ലല്ലോ. അതിനെക്കൊണ്ട് വേദം ഉരുവിടുവിക്കുക.' ബ്രാഹ്മണന്റെ പരിഹാസം. ജ്ഞാനേശ്വരൻ സദസ്സിൽ നിന്ന് എഴുന്നേറ്റ് പോത്തിന്റെ അടുത്തെത്തി. 'ഈ ബ്രാഹ്മണരുടെ സംശയ നിവാരണത്തിനായി ഋഗ്വേദം ചൊല്ലിയാലും.'

എന്തൊരത്ഭുതം. പോത്ത് ഉച്ചാരണശുദ്ധിയോടെ വേദം ഉരുവിട്ടു. ബ്രാഹ്മണർ ജ്ഞാനേശ്വരനോട് മാപ്പ് പറഞ്ഞു. ഈശ്വരാവതാരമാണ് ജ്ഞാനേശ്വരൻ എന്ന് ജനം ഏറ്റു പറഞ്ഞു. ജ്ഞാനേശ്വരനെ ബ്രാഹ്മണസമൂഹം അംഗീകരിച്ചു. പിന്നീട് അഹമ്മദ് നഗർ ജില്ലയിലെ പ്രവാരാ നദീതീരത്തുള്ള നേവാസ് പട്ടണത്തിലെ ആദിമായാ ക്ഷേത്രത്തിൽ വെച്ച് ഭഗവദ്ഗീതയുടെ ഭാഷ്യം എഴുതി. ജ്ഞാനേശ്വരി പിറന്നു. തുടർന്ന് അമൃതാനുഭവം എന്ന മൗലികകൃതി എഴുതി. ജ്ഞാനേശ്വരന്റെ അഗാധമായ അനുഭവത്തിന്റെ സുന്ദരമായ ആവിഷ്കാരമാണ് അമൃതാനുഭവം.

ജ്ഞാനേശ്വരന്റെ മൂന്നാമത്തെ കൃതി ചാംഗ്ദേവപസഷ്ടി. യോഗിവര്യനായ ചാംഗ്ദേവനെ അഭിസംബോധന ചെയ്യുന്ന ഒരു കത്താണ് ഈ കൃതി.

ആയിരത്തോളം അഭംഗങ്ങളും ജ്ഞാനേശ്വരൻ എഴുതിയിട്ടുണ്ട്. പല അഭംഗങ്ങളും ലതാമങ്കേഷ്കർ പാടി സൂപ്പർ ഹിറ്റാക്കിയിട്ടുണ്ട്. ജ്യേഷ്ഠൻ നിവൃത്തിനാഥിനെയാണ് തന്റെ ഗുരുവായി സ്വീകരിച്ചത്.

ഏ.ഡി.1296 ഒക്ടോബർ 15ന് ജന്മഭൂമിയായ ആളിന്ദിയിൽ സഞ്ജീവൻ സമാധി ഒരുക്കി. അന്ന് വ്യാഴാഴ്ച.. കൃഷ്ണപക്ഷ ത്രയോദശിനാൾ. പ്രത്യേകമായി തയ്യാറാക്കിയ ഒരു അറയിൽ സമാധിസ്ഥനാവുകയും ഈ അറ പിന്നീട് മണ്ണിട്ട് മൂടുകയും ചെയ്യുന്നതാണ് സഞ്ജീവൻ സമാധി. ഇരുപത്തിയൊന്നാം വയസ് പൂർത്തിയായ സമയം.. ജ്ഞാനേശ്വരൻ ജ്ഞാനത്തിന്റെ ആശാകിരണമായി സമാധിസ്ഥനായി.

അർജ്ജുന വിഷാദയോഗം

ശ്ലോകം ഒന്ന്

ധൃതരാഷ്ട്ര ഉവാച

ധർമ്മക്ഷേത്രേ കുരുക്ഷേത്രേ
സമവേതാ യുയുത്സവഃ
മാമകാ പാണ്ഡവാശ്ചൈവ
കിമകുർവത സഞ്ജയ?

ധൃതരാഷ്ട്രർ ചോദിച്ചു:

പുത്രസ്നേഹത്താൽ അന്ധനായ ധൃതരാഷ്ട്രർ സഞ്ജയനോട് ചോദിച്ചു, 'പുണ്യഭൂമി എന്ന് വിളിക്കുന്ന കുരുക്ഷേത്ര ഭൂമിയിൽ യുദ്ധത്തിന് അണിനിരന്നിരിക്കുന്ന എന്റെ പുത്രന്മാരും പാണ്ഡു പുത്രന്മാരും ഇത്രയും നേരമായി എന്ത് ചെയ്യുകയാണ്? സഞ്ജയാ വേഗത്തിൽ അതേപ്പറ്റി പറയുക.

ലേഖകചിന്ത:..

കുരുക്ഷേത്രഭൂമിയെ പുണ്യഭൂമി എന്ന് വിളിക്കുന്നതിന്റെ പിറകിൽ ഒരു ചരിത്രമുണ്ട്. ഋഗ്വേദകാലഘട്ടത്തിൽ ഭാരതത്തിൽ ഇന്നത്തെ ഇന്ദ്രപ്രസ്ഥപ്രദേശഭൂമിയിൽ ഭരിച്ചിരുന്ന രാജാവായിരുന്നു കുരു. ഏറ്റവും ജനക്ഷേമ തത്പരനായ രാജാവ്. ഓരോ പ്രജയും തന്റെ മക്കൾ തന്നെയാണ് എന്ന് കുരു പറയുമായിരുന്നു.

കുരുവിന്റെ രാജ്യത്ത് ദാരിദ്ര്യം ഇല്ല. പട്ടിണിയും പരിവട്ടവും ഇല്ലേയില്ല. പക്ഷേ രാജാവ് സന്തുഷ്ടനായിരുന്നില്ല. കാരണം എല്ലാം ഉണ്ടെങ്കിലും പ്രജകളുടെ മുഖത്ത് സന്തോഷം മാത്രമില്ല. എല്ലാ പ്രജകളുടെയും വീട്ടിൽ സമ്പത്ത് ഏറെയുണ്ട്. എന്നാൽ സന്തോഷം

മാത്രമില്ല. വൃദ്ധനായ കുരു രാജ്യത്തിലെ മുക്കിലും മൂലയിലും രഹസ്യസന്ദർശനം നടത്തി.

രാജാവിന് കാര്യം മനസ്സിലായി. പ്രജകളിൽ അഷ്ടഗുണങ്ങൾ അഥവാ മൂല്യങ്ങൾ ഇല്ല. മൂല്യബോധം ജനമനസ്സുകളിൽ സൃഷ്ടിക്കുക എന്നതാണ് യഥാർത്ഥ ഭരണാധികാരിയുടെ കടമ.

കുരു തന്റെ വാർധക്യം മറന്ന് അഷ്ടഗുണങ്ങൾ ഭൂമിയിൽ വിതയ്ക്കാൻ തീരുമാനിച്ചു. അതിനു പറ്റിയ നിലമന്വേഷിച്ചു.

വിശാലമായ ഭൂമി കണ്ടെത്തി. കുരു തന്റെ സ്വർണരഥത്തിൽ ഇന്ദ്രപ്രസ്ഥപ്രദേശഭൂമിയിൽ നിന്ന് ഏകദേശം നൂറ്റി എഴുപത്തി അഞ്ച് കിലോ മീറ്റർ വടക്ക് മാറി തേര് അവിടെ നിർത്തി. തന്റെ സ്വർണരഥംകൊണ്ട് കലപ്പയും നുകവും പണിതു. ആ വിശാലമായ ഭൂമി ഉഴുത് മറിക്കാൻ തന്റെ വാർധക്യം മറന്ന് തീരുമാനിച്ചു. നിലം ഉഴുത്മറിക്കാൻ ഇനി കാളകൾ വേണം. കുരു പ്രാർഥിച്ചു. ശിവനിൽ നിന്നും കാളയെ ലഭിച്ചു. യമനിൽ നിന്നും പോത്തിനേയും ലഭിച്ചു. ഇടതുഭാഗത്ത് കാള, വലത് വശത്ത് പോത്ത്. കുരു ആവേശപൂർവ്വം പ്രായം മറന്ന് നിലം ഉഴുതു മറിക്കുകയായിരുന്നു.

അപ്പോൾ അതുവഴി ഇന്ദ്രൻ കടന്നു വന്നു. പരിഹാസത്തോടെ ചോദിച്ചു, 'കുരോ അങ്ങ് എന്താണ് ഈ വാർദ്ധക്യകാലത്ത് ചെയ്യുന്നത്. രാജകൊട്ടാരത്തിൽ ഇരുന്നാൽ പോരേ. എന്തിനാ മണ്ണിൽ കളിക്കുന്നത്?'

കുരു പറഞ്ഞു. 'ഇന്ദ്രദേവാ.. മാനവകുലത്തിന് ഏറ്റവും അത്യാവശ്യം നന്മയുടെ, മൂല്യങ്ങളിലൂടെയുള്ള ജീവിതചര്യയാണ്. അതുകൊണ്ട് ഞാനീ ഭൂമിയിൽ മൂല്യങ്ങളുടെ, അഷ്ടഗുണങ്ങളുടെ ധാന്യമണികൾ വിതയ്ക്കാൻ പോകുകയാണ്'

ഇന്ദ്രൻ കുരുവിനെ പരിഹസിച്ചുകൊണ്ട് അവിടെനിന്നും മടങ്ങി. കുരു ആത്മനിർവൃതിയിൽ ഭൂമി ഉഴുത് മറിക്കാൻ തുടങ്ങി. ഭൂമിദേവിയെ മൃദുലമായി തലോടുന്ന പ്രവൃത്തിയല്ലേ ഉഴുത് മറിക്കൽ. അമ്മയെ സ്നേഹപൂർവ്വം തിരുമ്മുക.. കുരു സന്തോഷത്തോടെ തന്റെ കർമം തുടർന്നു. അപ്പോൾ മഹാവിഷ്ണു കുരുവിന്റെ പ്രവൃത്തി കണ്ട് അവിടെ പ്രത്യക്ഷപ്പെട്ടു. 'കുരു.. നമ്മെ അത്ഭുതപ്പെടുത്തുന്നു അങ്ങയുടെ ഈ സത്കർമ്മം. വാർധക്യം മറന്ന് പ്രജാക്ഷേമത്തിനായി ഭൂമി ഉഴുത് മറിക്കുന്ന അങ്ങയെ പ്രണമിക്കുന്നു. ഞാൻ അങ്ങയെ സഹായിക്കാം. വിതയ്ക്കാൻ സഹായിക്കാം.

പക്ഷേ എവിടെ ധാന്യമണികൾ.'

കുരു മഹാവിഷ്ണുവിനെ വണങ്ങി. ആ കണ്ണുകൾ അഭിമാനം കൊണ്ടു നിറഞ്ഞു കവിഞ്ഞു. തന്റെ വലതുകൈ നിവർത്തി കാണിച്ചു കൊടുത്തു കൊണ്ട് കുരു പറഞ്ഞു. '.ഇതാ ധാന്യമണികൾ.. മൂല്യങ്ങളുടെ ധാന്യമണികൾ'

മഹാവിഷ്ണു സന്തോഷത്തോടെ തന്റെ സുദർശനചക്രം കൊണ്ട് കുരുവിന്റെ വലതുകൈ ആയിരം പതിനായിരം പിന്നെ അനേകമനേകം ധാന്യമണികളാക്കി ഉഴുത് മറിച്ച മണ്ണിൽ വിതച്ചു. വലതുകൈ നഷ്ടപ്പെട്ട കുരു ആത്മനിർവൃതിയിൽ മഹാവിഷ്ണുവിനെ നോക്കി.. വിഷ്ണു വീണ്ടും ചോദിച്ചു.. എവിടെ ധാന്യമണികൾ. കുരു തന്റെ ഇടതുകരങ്ങൾ കാണിച്ചു കൊടുത്തു. മഹാവിഷ്ണു സുദർശനചക്രം കൊണ്ട് വീണ്ടും അതേ പ്രക്രിയ. സുസ്മേരവദനനായി കുരു. രണ്ടു കൈകളില്ലാത്ത മനുഷ്യൻ.. എന്നിട്ടും.. മഹാവിഷ്ണു അത്ഭുതപ്പെട്ടു.. വീണ്ടും അതേ ചോദ്യം. കുരു തന്റെ വലതുകാൽ കാണിച്ചു. പിന്നീട് ഇടതുകാൽ. കൈകാലുകൾ നഷ്ടപ്പെട്ട് ഭൂമിയിൽ നിലംപതിച്ച കുരു വിഷ്ണുവിനെ നോക്കി പ്രഭോ വിത്തുകൾ മതിയോ എന്ന് ചോദിച്ചുകൊണ്ട് തന്റെ ശിരസ്സ് കാണിച്ചുകൊടുത്തു. സുദർശനം ആ പുണ്യശിരസ്സ് ലക്ഷോപലക്ഷം ധാന്യമണികളായി ഭൂമിയിൽ വിതയ്ക്കപ്പെട്ടു. ഇനി ബാക്കി ഉടൽ മാത്രം. മഹാവിഷ്ണു ആ ഉടലിലേക്ക് നോക്കി ചോദിച്ചു. എവിടെ ധാന്യ മണികൾ. തത്സമയം കുരുവിന്റെ ഉടൽ മഹാവിഷ്ണുവിന്റെ പാദദ്വയങ്ങളിലേക്ക് ഒറ്റ ചാട്ടം. മഹാവിഷ്ണു ഒന്ന് പതറിയെങ്കിലും സുദർശന ചക്രത്താൽ ആ ഉടലും ധാന്യമണികളാക്കി, രക്തമണികളായി ഭൂമിയിൽ പതിച്ചു.

ഈ സമയം മഹാവിഷ്ണു ശരിക്കും കരഞ്ഞു പോയത്രേ. ഇങ്ങനേയും ഒരു മനുഷ്യനോ. നന്മ ചെയ്ത ഈ മനുഷ്യൻ ഇനിയും ജീവിക്കണം. മഹാവിഷ്ണു കുരുവിനെ ജീവിപ്പിച്ചു. എന്തു വരം വേണമെങ്കിലും ചോദിച്ചാൽ നൽകാമെന്ന് മഹാവിഷ്ണു വാഗ്ദാനം ചെയ്തു. കുരു വിനയപൂർവ്വം പറഞ്ഞു, 'ഭഗവാനേ, എനിക്ക് ഒന്നും വേണ്ട. എന്റെ ശരീരം അഥവാ ക്ഷേത്രം വീണ ഈ മണ്ണിലെ കാറ്റേറ്റാൽ ഏത് പാപിയും നന്മമനുഷ്യനായി മാറാനുള്ള അനുഗ്രഹം ചൊരിഞ്ഞ് അടിയനെ കാത്തുകൊള്ളേണമേ.'

അന്നുമുതൽ കുരുവിന്റെ ഭൂമിയെ കുരുക്ഷേത്രം എന്ന പേരിൽ

അറിയപ്പെടുന്നു. ആ ഭൂമിയിൽ വെച്ച് മരിക്കുന്ന ഏത് പാപിയ്ക്കും മോക്ഷം ലഭിക്കും എന്നാണ് വിശ്വാസം.. അതുകൊണ്ട് തന്നെയാണ് മഹാഭാരതയുദ്ധത്തിനായ് കുരുക്ഷേത്ര ഭൂമി തന്നെ തെരഞ്ഞെടുത്തത്.

കൗരവപിതാവായ ധൃതരാഷ്ട്രർക്കറിയാം തന്റെ മക്കൾ അധർമം ചെയ്യുന്നവർ തന്നെയാണ്. കുരുക്ഷേത്രഭൂമിയിൽ വെച്ച് മൃത്യു പൂകിയാൽ പാണ്ഡവരേക്കാളും മുമ്പേ സ്വർഗത്തിൽ എത്തിയെന്ന മേന്മയും അവകാശപ്പെടാം എന്നാണ് ധൃതരാഷ്ട്രർ ആശ്വാസം കണ്ടെത്തുന്നത്.

നുറുങ്ങ്:

കൃഷി എന്ന വാക്ക് കുരുവിൽ നിന്ന് ഉണ്ടായതാവാം. മഹാവിഷ്ണു കുരുവിനെ പുനർജീവിപ്പിച്ച് പറയുന്നുണ്ട്.. 'കുരു.. നീ ഋഷിയാണ്.., 'കുരു ഋഷി.. കുരു+ഋഷി = കൃഷി.

ശ്ലോകം രണ്ട്

സഞ്ജയ ഉവാച

ദൃഷ്ട്വാ തു പാണ്ഡവാനീകം
വ്യൂഢം ദുര്യോധനസ്തദാ
ആചാര്യമുപസംഗമ്യ
രാജാ വചനമബ്രവീത്.

സഞ്ജയൻ പറഞ്ഞു

'ദുര്യോധനരാജാവ് അപ്പോൾ പാണ്ഡവപ്പട അണിനിരന്നതു കണ്ടിട്ട് ദ്രോണാചാര്യരെ സമീപിച്ച് ഇപ്രകാരം പറഞ്ഞു

ലേഖകചിന്ത:

സഞ്ജയൻ ദൃക്സാക്ഷി വിവരണം നടത്തുകയാണ് യുദ്ധഭൂമിയിലെ ഒരുക്കങ്ങൾ. ഒരു തത്സമയ ദൃശ്യവിവരണം.

ധർമ്മക്ഷേത്രമായ കുരുക്ഷേത്ര ഭൂമിയിൽ വെച്ച് നടക്കാൻ പോകുന്ന യുദ്ധം ദുര്യോധനനെ അസ്വസ്ഥനാക്കുന്നുണ്ട്. ധർമത്തെക്കുറിച്ച് വിദുരരിൽനിന്നു തുടങ്ങി മാതാവായ ഗാന്ധാരി വരെ എപ്പോഴും പറഞ്ഞ് കൊണ്ടേയിരിക്കുന്നതാണ്. അസുഖകരമായ ധർമത്തെ വെടിയുക എന്ന് മനു പറയുന്നുണ്ട്.

'ധാരണാദ്ധർമ മിത്യാഹു ധർമോ ധാരയതേ പ്രജാ' ധർമശബ്ദം ധൃ എന്ന ധാതുവിൽ നിന്നുണ്ടായതാണ്. ധൃ എന്നാൽ ധാരണം ചെയ്യുക. ഏതിനാലാണോ എല്ലാ പ്രജകളുടേയും ധാരണമുണ്ടാകുന്നത് അതു ധർമമാകുന്നു. ധർമം നശിച്ചാൽ ജനങ്ങളുടെ പരസ്പരസ്നേഹം ഇല്ലാതാകുന്നു.

ധർമം എന്ന ഏറ്റവും മഹത്തായ വാക്കിലൂടെ ലോകത്ത് ആദ്യമുണ്ടായ കൃതി മഹാഭാരതമാണ്. അതുകൊണ്ടുതന്നെ മഹാഭാരതം

ധർമസംഹിത അഥവാ പഞ്ചമവേദം എന്നപേരിലും അറിയപ്പെടുന്നു.

നുറുങ്ങ്:

ധർമപരീക്ഷയിൽ തോൽക്കുമെന്നറിഞ്ഞിട്ടും തന്നെ പഠിപ്പിച്ച ഗുരുക്കന്മാരെല്ലാം സഹായിക്കാമെന്നു പറഞ്ഞിട്ടും ദുര്യോധനൻ ഭയന്നു പോയി.. ഒന്നും പഠിക്കാതെ കോപ്പിയടിച്ചു ജയിക്കാമെന്നു കരുതി പരീക്ഷാ ഹാളിലേക്ക് പോകുന്ന വിദ്യാർത്ഥികളുടെ പ്രതിനിധിയായി മാറുകയാണ് ദുര്യോധനൻ.

ശ്ലോകം മൂന്ന്

പശ്യൈതാം പാണ്ഡുപുത്രാണാം
ആചാര്യ, മഹതീം ചമൂം
വ്യൂഢാം ദ്രുപദപുത്രേണ
തവ ശിഷ്യേണ ധീമതാ.

ഹേ ആചാര്യ! ധീമാനും അങ്ങയുടെ ശിഷ്യനുമായ ദ്രുപദപുത്രനാൽ വ്യൂഹം ചമച്ച് നിർത്തപ്പെട്ട പാണ്ഡവരുടെ ഈ മഹാസേനയെ കണ്ടാലും.

സഞ്ജയൻ പറഞ്ഞു

വിശ്വത്തെ നശിപ്പിക്കുന്ന സമയത്ത് സംഹാരരുദ്രൻ തൊള്ള തുറന്നതു പോലെ പാണ്ഡവസൈന്യം ക്രോധാവേശരായിരിക്കുന്നു.

പുറത്തേക്ക് ഉദ്ഗളിക്കുന്ന വിഷം നിയന്ത്രിക്കാൻ കഴിയാത്തതുപോലെ പാണ്ഡവ സൈന്യം ഇളകി മറിയുന്നു. സമുദ്രത്തെ നിർജ്ജലമാക്കിയ ശേഷം കൊടുങ്കാറ്റിൽപ്പെട്ട് ആകാശത്തേക്ക് ഉയരുന്ന ബഡവാഗ്നി പോലെ, അണിയണിയായി വ്യൂഹനം ചെയ്തിരിക്കുന്ന പാണ്ഡവസൈന്യം ഭീകരമായി കാണപ്പെട്ടു. എന്നാൽ ആനക്കൂട്ടത്തെ കാണുന്ന സിംഹം അതിനെ അവഗണിക്കുന്നതു പോലെ, ദുര്യോധനൻ പാണ്ഡവ സൈന്യത്തെ അവഹേളിക്കുന്ന തരത്തിലാണ് വീക്ഷിച്ചത്. അവൻ ഗുരുവായ ദ്രോണരെ സമീപിച്ച് പറഞ്ഞു.

ഗർവ്വിതരായ പാണ്ഡവ സൈന്യത്തെ കണ്ടാലും. അതിന്റെ വിവിധ അണികൾ ചലിക്കുന്ന കെട്ടിടം പോലെ കാണപ്പെടുന്നു. അങ്ങ് യുദ്ധപരിശീലനം നൽകി പ്രഗത്ഭനാക്കിയ ധൃഷ്ടദ്യുമ്നൻ എത്ര സമർത്ഥമായിട്ടാണ് പാണ്ഡവ സൈന്യത്തെ കെട്ടിപ്പടുത്തിരിക്കുന്നതെന്നു കണ്ടാലും.

ലേഖകചിന്ത:

ദുര്യോധനൻ പാണ്ഡവ സൈന്യത്തെ കണ്ടപ്പോൾ തന്നെ ധൃഷ്ട ദ്യുമ്നനെയാണ് നേതൃനിരയിൽ കാണുന്നത്. ജനനസമയത്തു തന്നെ ശിരസ്സിൽ കിരീടവും ശരീരത്തിൽ കവചവും കൈകളിൽ വാളുകളും അമ്പും വില്ലും ഉണ്ടായിരുന്ന വില്ലാളി വീരൻ. ധൃഷ്ട ദ്യുമ്നന്റെ ജന്മോദ്ദേശ്യം തന്നെ ദ്രോണരെ വധിക്കാനാണ്.

ദ്രോണരുടെ വിശാലമനസ്കത തന്നെ കൊല്ലാൻ പിറന്നവനെ അരുമശിഷ്യനായി സ്വീകരിക്കുകയും ധനുർവേദം പഠിപ്പിക്കുകയും ചെയ്തു എന്നതാണ്.

എല്ലാം പഠിപ്പിച്ച ഗുരുവര്യനായ ദ്രോണരുമായി വില്ലുകുലച്ചു യുദ്ധം ആരംഭിക്കാൻ പാണ്ഡവപ്പടനായകൻ ധൃഷ്ടദ്യുമ്നൻ ആക്രോ ശിച്ചു. മഹാഭാരതയുദ്ധം ഒന്നാംദിവസം നേർക്ക് നേരെ പാണ്ഡവ സൈന്യം നയിക്കുന്നത് ധൃഷ്ടദ്യുമ്നൻ. കൗരവസേനാനായകൻ ഭീഷ്മരും. യൗവനവും വാർധക്യവും തമ്മിൽ പോരാടിയാൽ... ആ രു ജയിക്കും.. ഇതാണ് ദുര്യോധനൻ എന്ന പ്രായോഗിക മതിയെ യുദ്ധാരംഭവേളയിൽ തന്നെ അസ്വസ്ഥനാക്കിയത്.

നുറുങ്ങ്:

പാണ്ഡവരുടേയും പാണ്ഡവ പക്ഷക്കാരുടേയും പേരുകൾ നാം ഭാരതീയർ നമ്മുടെ തലമുറയ്ക്ക് നൽകി. എന്നാൽ കൗരവരുടെ പേര് ആരും ഉപയോഗിച്ചില്ല. ഇത് ധർമം ജീവിതത്തിൽ ആചരി ക്കുന്നത് വ്യക്തമാക്കുന്നു.

ശ്ലോകം നാല്

അത്ര ശൂര മഹേഷ്വാസാ
ഭീമാർജുന സമായുധി
യുയുധാനോ വിരാടശ്ച
ദ്രുപദശ്ച മഹാരഥഃ

ആ സേനയിൽ വലിയ വില്ലാളികളും യുദ്ധത്തിൽ ഭീമനും അർജ്ജുനനും സമതുല്യരായ ശൂരന്മാരായ യുയുധാനനും വിരാടനും മഹാരഥനായ ദ്രുപദനും ഉണ്ട്.

ലേഖകചിന്ത:

സഞ്ജയൻ വളരെ നിഷ്പക്ഷമായി യുദ്ധപശ്ചാത്തലം ധൃതരാഷ്ട്രർക്ക് വിവരിച്ചു കൊടുക്കുന്ന രംഗം നമുക്ക് മനസ്സിൽ സങ്കൽപ്പിച്ചു നോക്കാം. സഞ്ജയന് ഓരോരുത്തരും ആരാണ് എന്ന് വ്യക്തമായറിയാം. ധൃതരാഷ്ട്രരാവട്ടെ ജിജ്ഞാസുവാണ് എപ്പോഴും. പരിചയസമ്പന്നരായ, എണ്ണത്തിൽ കൂടുതലുള്ള തന്റെ മകൻ ദുര്യോധനന്റെ സൈന്യമാണ് മികച്ചത് എന്ന ആത്മവിശ്വാസം ധൃതരാഷ്ട്രരെ മഥിക്കുന്നുണ്ട്.

കാക്കയ്ക്ക് തൻകുഞ്ഞ് പൊൻകുഞ്ഞ് എന്ന പഴമൊഴി പോലെ. ഓരോ രക്ഷിതാവും എന്റെ കുഞ്ഞാണ് മിടുക്കനാവേണ്ടത് എന്നാഗ്രഹിക്കുന്നതിൽ തെറ്റ് പറയേണ്ട. എന്നാൽ എന്റെ കുഞ്ഞു മാത്രം കഴിവുള്ളവൻ മറ്റെല്ലാം വെറും ശുംഭന്മാർ എന്ന് വിചാരിക്കുന്നവർ ധൃതരാഷ്ട്രർക്ക് സമാനമാകുന്നു. കൗരവപ്പടയേക്കാളും മികച്ച സൈന്യം തന്നെയാണ് പാണ്ഡവസൈന്യം എന്ന് ഭംഗ്യന്തരേണ സൂചിപ്പിക്കുകയാണ് സഞ്ജയൻ.

ഭാരതത്തിലെ പ്രാചീന യുദ്ധതന്ത്രപ്രകാരം പതിനൊന്നായിരം

ഭടന്മാരടങ്ങുന്ന ഒരു സൈന്യ വിഭാഗത്തിന്റെ നായകനെയാണ് മഹാരഥൻ എന്നു വിളിക്കുന്നത്.

യുയുധാനൻ ആരാണ്... ശ്രീകൃഷ്ണന്റെ ആത്മസുഹൃത്ത്. സാത്യകി എന്ന പേരിലറിയപ്പെടുന്ന യാദവ പ്രമാണി. ഒരർഥത്തിൽ കൃഷ്ണന്റെ ബന്ധു. ശ്രീകൃഷ്ണന്റെ ആത്മസുഹൃത്തായ അർജ്ജുനന്റെ പരിണയവേളയിൽ സുഭദ്രയ്ക്കു വേണ്ടിയുള്ള സ്ത്രീധനവും വഹിച്ചു കൊണ്ട് ഇന്ദ്രപ്രസ്ഥത്തിലേക്കു പോയതും സാത്യകിയായിരുന്നു. യുധിഷ്ഠിരസഭയിലെ ഒരു സാമാജികൻ. അർജ്ജുനൻ തന്റെ ശിഷ്യനായി സ്വീകരിച്ചു ധനുർവേദം പഠിപ്പിക്കുകയും ചെയ്തു.

യുധിഷ്ഠിരന്റെ രാജ്യാഭിഷേകസമയത്ത് അദ്ദേഹത്തിനുമേൽ കുട പിടിച്ചത് സാത്യകിയായിരുന്നു. അഭിമന്യുവിന്റെ വിവാഹത്തിൽ സാത്യകിയും മുഖ്യ പങ്ക് വഹിച്ചിട്ടുണ്ട്.

യുദ്ധം മാത്രമാണ് ശരി എന്ന് വിശ്വസിക്കുന്ന യുദ്ധപ്രേമി. ഭാരതയുദ്ധത്തിൽ പങ്കെടുക്കുന്നതിനുവേണ്ടി വിശാല ചതുരംഗസേനയുണ്ടാക്കി യുധിഷ്ഠിരന് യുദ്ധാവേശം പകർന്ന യുദ്ധോത്സുകൻ..

ഇപ്പോഴിതാ യുദ്ധത്തിന്റെ ഒന്നാം ദിവസം തന്നെ കൃതവർമ്മാവിനോട് ദ്വന്ദ്വയുദ്ധം ചെയ്യാൻ വീർപ്പുമുട്ടി നിൽക്കുന്ന യോദ്ധാവ്. സഞ്ജയന്റെ മനസ്സിലൂടെ എന്നപോലെ ധൃതരാഷ്ട്രരും മഥനം ചെയ്യുകയായിരുന്നു.

പാണ്ഡവപ്പടയിൽ വിശ്വസ്തരുടെ ഒരു നിരതന്നെ കാണാം. മത്സ്യദേശത്തെ രാജാവായ വിരാടൻ. പാണ്ഡവരെ എന്നും രക്ഷിച്ച ആപത്ബാന്ധവൻ. അജ്ഞാതവാസക്കാലത്ത് അഭയം കൊടുത്ത മനുഷ്യസ്നേഹി. വിരാടന്റെ പുത്രിയായ ഉത്തരയെ അർജ്ജുന പുത്രൻ അഭിമന്യുവിനെക്കൊണ്ട് വിവാഹം കഴിപ്പിച്ചു ബന്ധുത്വം സ്ഥാപിക്കുകയും ചെയ്ത നയകോവിദൻ. യുധിഷ്ഠിരന്റെ രാജസൂയ യാഗത്തിൽ പങ്കെടുത്ത മഹാരാജാവ്. പോരാത്തതിന് യുദ്ധസഹായമായി സ്വർണമാലകളണിഞ്ഞ രണ്ടായിരം മദയാനകളെ നൽകി തന്റെ യുദ്ധപ്രേമം പരസ്യമായി പ്രഖ്യാപിച്ച മഹാരഥൻ. ഇപ്പോഴിതാ നോട്ടമിട്ടിരിക്കുന്നു, ഈ ഒന്നാം യുദ്ധദിനത്തിൽ ദ്വന്ദ്വയുദ്ധത്തിനായി ഭഗദത്തനുമായി.

ഇനി നോക്കൂ.. ദ്രുപദരാജാവ്. പാണ്ഡവപത്നിയായ പാഞ്ചാലിയുടെ പിതാവ്. ബാല്യകാലസഖിയും പിന്നീട് തന്റെ വർഗശ

ത്രുവുമായ ദ്രോണരുടെ പ്രതിയോഗി. ദ്രോണരെ വധിക്കാൻ തന്റെ മകനായ ധൃഷ്ടദ്യുമ്നനു മാത്രമേ കഴിയൂ എന്ന് ഉറച്ചു വിശ്വസിക്കുകയും ചെയ്യുന്ന മറ്റൊരു യുദ്ധപ്രേമി.

ഇപ്പോഴിതാ ഈ ഒന്നാം യുദ്ധദിനത്തിൽ ജയദ്രഥനെ നോട്ടമിട്ട് വന്നിരിക്കുന്നു. യുദ്ധാവേശം സിരകളിൽ ബാധിച്ച പാണ്ഡവ സൈന്യം ഒരു വിസ്മയമാണ് എന്ന് സഞ്ജയൻ മനസ്സിൽ വിചാരിച്ചത് ധൃതരാഷ്ട്രരുടെ അകക്കാമ്പിൽ തെളിഞ്ഞു വന്നു.

നുറുങ്ങ്:

യഥാർത്ഥത്തിൽ യുദ്ധപ്രേമികൾ പാണ്ഡവപക്ഷത്തായിരുന്നു കൂടുതൽ. കൗരവപക്ഷക്കാർ വയറ്റുപ്പിഴപ്പിനുവേണ്ടി മാത്രമായിരുന്നു യുദ്ധത്തെ കണ്ടത്.

ശ്ലോകം അഞ്ച്

ധൃഷ്ടകേതുശ്ചേകിതാനഃ
കാശിരാജശ്ച വീര്യവാൻ
പുരുജിത് കുന്തി ഭോജശ്ച
ശൈബ്യശ്ച നരപുംഗവഃ

ധൃഷ്ടകേതുവും ചേകിതാനനും വീര്യവാനായ കാശിരാജാവും പുരുജിത്തും കുന്തിഭോജനും നരപുംഗവനായ ശൈബ്യനും എല്ലാവരും തന്നെ മഹാരഥന്മാരാകുന്നു.

ലേഖകചിന്ത:

പാണ്ഡവസൈന്യത്തെ സസൂക്ഷ്മം നിരീക്ഷിച്ചു ഓരോരുത്തരുടേയും മേന്മകൾ സഞ്ജയൻ കൃത്യമായി ധൃതരാഷ്ട്രരുടെ മുന്നിൽ അവതരിപ്പിക്കുമ്പോൾ യഥാർത്ഥത്തിൽ ധൃതരാഷ്ട്രർ ഒന്നുകൂടി അസ്വസ്ഥനായി കാണപ്പെട്ടു.

ധൃഷ്ടകേതു.. യഥാർത്ഥത്തിൽ കൗരവപ്പടയുടെ സേനാനായകനാവേണ്ട മഹാരഥൻ. ശ്രീകൃഷ്ണൻ വധിച്ച ശിശുപാല മഹാരാജാവിന്റെ മകൻ. തുടർന്ന് ചേദി രാജ്യത്തിന്റെ രാജാവായി അഭിഷേകം ചെയ്യപ്പെട്ടു. പിതാവിന്റെ മരണശേഷം പാണ്ഡവപക്ഷത്തേക്ക് കൂറുമാറിയ അവസരവാദി. പോരാത്തതിന് ഒരു അക്ഷൗഹിണി സൈന്യം പാണ്ഡവർക്ക് നൽകി കൗരവരെ അപഹസിക്കുകയും ചെയ്തയാൾ. നന്ദി സൂചകമായി യുധിഷ്ഠിരൻ തന്റെ സപ്തസേനാനികളിൽ ഒരാളായി നിയമിക്കുകയും ചെയ്തിരിക്കുന്നു. ഈ ഒന്നാം ദിവസം ധൃഷ്ടകേതു നോട്ടമിട്ടിരിക്കുന്നത് ബാൽഹികനെയാണത്രേ.

ഭാരതയുദ്ധം വേണ്ടേ വേണ്ട എന്ന് എപ്പോഴും പറഞ്ഞു കൊണ്ടിരുന്ന കുരുവംശ രാജാവ്. യുദ്ധം എല്ലാം നശിപ്പിക്കുന്ന മനു

ഷ്യന്റെ അഹങ്കാരത്തിന്റെ ഉത്പന്നമാണെന്ന് പറഞ്ഞ സമാധാന കാംക്ഷി. ആ ബാൽഹികൻ എങ്ങനെയാണ് കൗരവപ്പടയുടെ സേനാനായകനായത്. കഷ്ടം!

ചേകിതാനന്റെ നാമധേയം ധൃതരാഷ്ട്ടരെ ചകിതനാക്കി. വൃഷ്ണി വംശത്തിന്റെ വില്ലാളി വീരൻ. പാണ്ഡവർക്കുവേണ്ടി ഏത് സമയത്തും മരിക്കാൻ തയ്യാറാകുന്ന ആത്മസുഹൃത്ത്. ധർമപുത്രരുടെ രാജസൂയവേളയിൽ ആവനാഴി ഉപഹാരമായി നൽകി ശ്രദ്ധ പിടിച്ചു പറ്റിയ രാജാവ്. ഈ ഒന്നാം യുദ്ധദിനത്തിൽ സുശർമ്മാവിനോട് ദ്വന്ദ്വയുദ്ധം ആഗ്രഹിക്കുന്നു പോലും.

എന്നും നിഷ്പക്ഷമായി നിലപാട് എടുത്തിരുന്ന രാജ്യമായിരുന്നു കാശിരാജ്യം. അതുകൊണ്ടുതന്നെ ഭീമസേനൻ കാശി രാജാവിനെ പക്ഷം ചേർക്കാൻ കാശിരാജാവിന്റെ മകൾ ബലന്ധരയെ വിവാഹം കഴിച്ചു. കരുത്തരായവർ ഒരുമിച്ചാൽ...

പുരുജിത്ത്.. കുന്തിയുടെ സഹോദരൻ. പിന്നെ കുന്തിഭോജൻ, പുരുജിത്തിന്റെ സഹോദരൻ. അതായത് പാണ്ഡവരുടെ മാതുലന്മാർ. കുന്തിഭോജന്റെ ഉത്കൃഷ്ടമായ കുതിര യുദ്ധവിജയത്തിന്റെ ശുഭ ലക്ഷണമാണ്.

ശൈബ്യൻ.. യുധിഷ്ഠിരന്റെ അടുത്ത ബന്ധു. ശൈബ്യനും കാശി രാജാവും കൂടി അഭിമന്യുവിന്റെ വിവാഹത്തിന് ഒരു അക്ഷൗഹിണിപ്പടയോടെ പങ്കെടുത്ത് കൂറും തെളിയിച്ച കൂട്ടുകെട്ട്.

ഇത്രയും ശക്തരും വിശ്വസ്തരും അതുപോലെ യുദ്ധം മാത്രമാണ് ശക്തി തെളിയിക്കാനുള്ള ഉപാധി എന്നു വിശ്വസിക്കുന്നവരുടെ നിര. ധൃതരാഷ്ട്ടർ പകച്ചു പോയത് സ്വാഭാവികം മാത്രം

നുറുങ്ങ്:

ഉന്തിക്കയറ്റിയാൽ ഊരിപ്പോരും എന്ന് നാട്ടുമൊഴി കൗരവപ്പടയ്ക്ക് ചേരും. ഈ വർത്തമാനകാലത്ത് താത്പര്യമില്ലാതെ മാതാപിതാക്കളുടെ താത്പര്യത്തിന് വഴങ്ങി എൻട്രൻസ് പരീക്ഷകൾക്ക് 'റിപ്പീറ്റ്' ചെയ്യാൻ പോയാൽ കൗരവരെ പോലെയാവും ഗതി. പഠനം ഒരു യുദ്ധം തന്നെയാണ്

ശ്ലോകം ആറ്

യുധാമന്യുശ്ച വിക്രാന്തഃ
ഉത്തമൗജാശ്ച വീര്യവാൻ
സൗഭദ്രോ ദ്രൗപദേയാശ്ച
സർവ ഏവ മഹാരഥാഃ

വിക്രമിയായ യുധാമന്യുവും വീര്യവാനായ ഉത്തമൗജസ്സും സുഭദ്രാതനയനും ദ്രൗപദീ പുത്രന്മാരും മഹാരഥന്മാരായി അണിനിരന്നിട്ടുണ്ട്.

ലേഖകചിന്ത:

ഭീമൻ കായിക ശക്തിയിലും അർജ്ജുനൻ അസ്ത്രവിദ്യയിലും പേരുകേട്ടവരവാണ്. പാണ്ഡവപക്ഷത്തിലെ പേരുപറഞ്ഞ എല്ലാവരും ഭീമനേയും അർജ്ജുനനേയുംപോലെ അതുല്യപ്രതിഭകളാണെന്ന് പ്രത്യേകം എടുത്തുപറയുകയാണ് സഞ്ജയൻ. പാണ്ഡവർ എണ്ണംകൊണ്ട് കുറവാണെങ്കിലും ശക്തിയും ധൈര്യവും മിടുക്കുംകൊണ്ട് കൗരവസൈന്യത്തേക്കാൾ ഏറെ മുന്നിലാണ് എന്ന് വ്യംഗ്യം

അർജ്ജുനന്റെ ചക്ര രക്ഷകനായി യുധാമന്യുവിനെ നിയോഗിച്ചത് സഞ്ജയൻ മനസ്സിൽ കണ്ടു. പാഞ്ചാലദേശത്തെ യുധാമന്യു അർജ്ജുനന്റെ ഇടത്തേ രഥചക്ര സംരക്ഷണമാണ് ഏറ്റെടുത്തിരിക്കുന്നത്. ആകൃതിയിലും പ്രകൃതിയിലും അത്ഭുതകരമായ പ്രത്യേകതയുള്ള യുധാമന്യുവിന്റെ പടക്കുതിര യുദ്ധവിജയം എളുപ്പമാക്കും.

പാഞ്ചാലദേശക്കാരനായ മറ്റൊരു യോദ്ധാവ് ഉത്തമൗജസ്സ് അർജ്ജുനന്റെ വലത്തേ രഥചക്രം കാത്തു സൂക്ഷിക്കാൻ നിയോഗിക്ക

പ്പെട്ടതും സഞ്ജയൻ പ്രത്യേകം ശ്രദ്ധിച്ചു.

ഇനി ഒരു രസകരമായ കാര്യമാണ് സഞ്ജയൻ വരച്ചു കാട്ടുന്നത്. സുഭദ്രാതനയൻ എന്നാണ് പറയുന്നത്. ധൃതരാഷ്ട്രരെ ആശ്വസിപ്പിക്കാൻ വേണ്ടിയാവാം അർജുനതനയൻ എന്ന് പറയാതെ സുഭദ്രാ തനയൻ എന്ന് പറഞ്ഞത്. അഭിമന്യു എന്ന ധീരയോദ്ധാവിന്റെ പേര് സഞ്ജയൻ തമസ്കരിച്ചത് ധൃതരാഷ്ട്രരുടെ ഭീതി കുറക്കാനാവാം.

അഭിമന്യു. ശ്രീകൃഷ്ണന്റെ സഹോദരി സുഭദ്രയുടെ പുത്രൻ. പിതാവായ അർജ്ജുനന്റെ ശിക്ഷണത്തിൽ എല്ലാ ആയോധനവിദ്യയും പഠിച്ച യുവതേജസ്സ്. പോരാത്തതിന് ശ്രീകൃഷ്ണപുത്രനായ പ്രദ്യുമ്നനിൽ നിന്നും പ്രത്യേക ആയോധനമുറകൾ സ്വായത്തമാക്കിയ അഭിമന്യു കൗരവരുടെ പേടി സ്വപ്നമാണ്.

ദ്രൗപദീ പുത്രന്മാരുടെ പേര് സഞ്ജയൻ അറിയാത്തതു കൊണ്ടല്ല പറയാതിരുന്നത്. ധൃതരാഷ്ട്രർ കേൾക്കാൻ ആഗ്രഹിക്കുന്നില്ല എന്നതാണ് സത്യം. പാഞ്ചാലിക്ക് അഞ്ച് പുത്രന്മാർ ജനിച്ചു. യുധിഷ്ഠിരനിൽ നിന്ന് പ്രതിവിന്ധ്യൻ, ഭീമനിൽ നിന്ന് സുതസോമൻ, അർജ്ജുനിൽ നിന്ന് ശ്രുതകീർത്തി, നകുലനിൽ നിന്ന് ശതാനീകൻ, സഹദേവനിൽനിന്ന് ശ്രുതകർമാവ്....

നുറുങ്ങ്:

ഭാരതത്തിലെ ജനങ്ങൾ ഏറ്റവും കൂടുതൽ തന്റെ കുഞ്ഞുങ്ങൾക്ക് പേരിടുന്നത് അർജുനൻ, അഭിമന്യു എന്നീ നാമങ്ങളാണ്. യൗവനം നശിക്കാത്ത പേരുകൾ. ഏത് ദേശക്കാർക്കും ഭാഷക്കാർക്കും ഒരു പോലെ ഉപയോഗിക്കാൻ പറ്റിയ പേരുകൾ. രാമന് കുഞ്ഞി ചേർത്ത് കുഞ്ഞിരാമൻ. കൃഷ്ണന് കുഞ്ഞി ചേർത്ത് കുഞ്ഞി കൃഷ്ണൻ. എന്നാൽ മലയാളത്തിൽ കുഞ്ഞി അർജ്ജുനൻ, കുഞ്ഞി അഭിമന്യു എന്നീ പേരുകൾ ഇല്ലല്ലോ.. അർജ്ജുനന്റെ പേരിൽ അർജ്ജുന അവാർഡ് വന്നിരിക്കുന്നു. വീരമൃത്യു വരിക്കുന്ന വരെ അഭിമന്യുവിനെ പോലെ എന്ന് നാം ഓർക്കുന്നു.

ശ്ലോകം ഏഴ്

അസ്മാകം തു വിശിഷ്ടാ യേ
താൻ നിബോധ ദ്വിജോത്തമ!
നായകാ മമ സൈന്യസ്യ
സംജ്ഞാർത്ഥം താൻ ബ്രവീമി തേ

നമുക്കാകട്ടെ, എന്റെ സൈന്യത്തിൽ ഏതെല്ലാം നായകന്മാർ വിശിഷ്ടമായിട്ടുണ്ടോ, അവയെ അറിയാനായി അങ്ങയോടു പറയുന്നു. ഹേ ബ്രാഹ്മണശ്രേഷ്ഠാ! അവരെ കേട്ടാലും.

ലേഖകചിന്ത

ദ്രോണരെയാണ് ഇവിടെ ദുര്യോധനൻ ദ്വിജോത്തമ അഥവാ ബ്രാഹ്മണശ്രേഷ്ഠ എന്ന് അഭിസംബോധന ചെയ്യുന്നത്. കൗരവപ്പടയിലെ വിശിഷ്ട വ്യക്തികളെ, യോദ്ധാക്കളെ എണ്ണിയെണ്ണിപ്പറയുന്ന ദുര്യോധനൻ യഥാർഥത്തിൽ അസ്വസ്ഥനാണ്. അതുകൊണ്ടാണ് മനസിന് ആശ്വാസം ലഭിക്കാൻ ദ്രോണരെ സമീപിച്ച് ബ്രാഹ്മണശ്രേഷ്ഠ എന്ന് അഭിസംബോധന ചെയ്ത് ആശ്വാസം കണ്ടെത്തുന്നത്. തന്റെ ആചാര്യനായ ദ്രോണർ എന്നു വിളിക്കാതെ ബ്രാഹ്മണ ശ്രേഷ്ഠൻ എന്നു വിളിക്കുന്നു.

ദുര്യോധനൻ ദ്രോണരുടെ പൂർവകാലം ഓർമപ്പെടുത്തുന്നു. ഗംഗാതീരത്ത് ആശ്രമം കെട്ടി താമസിച്ചിരുന്ന ഭരദ്വാജമഹർഷിയുടെ പുത്രൻ. അമ്മയുടെ ഗർഭപാത്രത്തിൽ പിറക്കാത്ത മകൻ. ദുര്യോധനന്റെ ജന്മവുമായി സാമ്യമുണ്ട്. കൗരവർ നൂറ്റി ഒന്ന് കുടങ്ങളിൽ ജനിച്ചതുപോലെ ദ്രോണരും ഒരു കുടത്തിലാണല്ലോ ജനിച്ചത്. ഭരദ്വാജമുനിയുടെ ബീജം ഒരു ദ്രോണത്തിൽ അഥവാ കുടത്തിൽ സൂക്ഷിച്ചു. ദ്രോണത്തിൽ നിന്ന് ജന്മമെടുത്തതുകൊണ്ട് ദ്രോ

ണൻ എന്നു വിളിച്ചു. പരശുരാമനിൽനിന്നും ധനുർവേദവിദ്യ ലഭിച്ചെങ്കിലും ദ്രോണരെ ദാരിദ്ര്യം എന്നും അലട്ടിയിരുന്നു. കൗരവരുടെയും പാണ്ഡവരുടേയും ഗുരുവായി വന്നതിനുശേഷം മാത്രമാണ് ദാരിദ്ര്യം മാറിയത്.

വല്ലാത്തൊരു ജാതി ചിന്ത വെച്ച് പുലർത്തുന്ന ആളാണ് ദ്രോണരെന്ന് രാജകുമാരൻമാരുടെ ആയുധപരീക്ഷാ വേളയിൽ കാണാം. ആയുധ പരീക്ഷ നടത്തുന്ന വേദിയെ പ്രേക്ഷാഗൃഹം അഥവാ രംഗമഞ്ചം എന്നാണറിയപ്പെടുന്നത്. ദ്രോണർ പ്രേക്ഷാഗൃഹത്തിൽ ആയുധ പരീക്ഷ നടക്കുന്ന സമയത്തിനു മുൻപേ എല്ലാ ബ്രാഹ്മണരേയും വിളിച്ചു വരുത്തി ആശീർവാദത്തിനുവേണ്ടി ക്ഷണിച്ചത് ദുര്യോധനന്റെ ഓർമയിലുണ്ട്.

സന്ധി സംഭാഷണത്തിനു വേണ്ടി കൗരവസദസ്സിൽ ശ്രീകൃഷ്ണൻ വന്നപ്പോൾ പാണ്ഡവ പക്ഷത്ത് നിന്ന് വാദിച്ചയാളാണ് ദ്രോണരെന്ന ഭയം ദുര്യോധനലിലുണ്ട്. ഭാരതയുദ്ധം തീരുമാനിക്കപ്പെട്ടപ്പോൾ പാണ്ഡവസൈന്യത്തെ ഒരുമാസം കൊണ്ട് നിശ്ശേഷം നശിപ്പിക്കാനുള്ള ശക്തി തനിക്കുണ്ടെന്നു വീരവാദം പറഞ്ഞയാൾ ഇപ്പോൾ മിണ്ടാതിരിക്കുന്നു. മാത്രവുമല്ല ദ്രോണർ എന്നും പാണ്ഡവപക്ഷ പാതിയായിരുന്നു. യുധിഷ്ഠിരനും ശകുനിയും തമ്മിലുള്ള ചൂതുകളി ഇല്ലാതാക്കാൻ വേണ്ടി വല്ലാതെ ശ്രമിച്ചത് ദ്രോണരെന്നത് മറക്കാനാവാത്ത കാര്യമാണ്. ചുരുക്കത്തിൽ യുദ്ധം തുടങ്ങുന്നതിനു മുന്നേ ദുര്യോധനൻ പരാജയം മണത്തു തുടങ്ങിയിരുന്നു എന്നർഥം.

നുറുങ്ങ്:

ലോകത്തെ ആദ്യ ടെസ്റ്റ്യൂബ് ശിശു ദ്രോണരാണ്. പിന്നീട് നൂറ്റി ഒന്ന് കൗരവരും. പാവം ദ്രോണർ. തള്ളയില്ലാതെ പിറന്നയാൾ. തന്തയ്ക്കു പിറക്കാത്തവൻ ലോകത്ത് ആരുമില്ല. എന്നാൽ തള്ളയ്ക്ക് പിറക്കാത്തവൻ ഒരേയൊരാൾ.. അത് ദ്രോണർ.

ശ്ലോകം എട്ട്, ഒമ്പത്

ഭവാൻ ഭീഷ്മശ്ച കർണശ്ച
കൃപശ്ച സമിതിഞ്ജയഃ
അശ്വത്ഥാമാ വികർണശ്ച
സൗമദത്തിസ്തഥൈവ ച

അന്യേ ച ബഹവഃ ശൂരാ
മദർഥേ ത്യക്ത ജീവിതാഃ
നാനാ ശസ്ത്രപ്രഹരണാഃ
സർവേ യുദ്ധവിശാരദാഃ

ഭവാനും ഭീഷ്മരും കർണ്ണനും യുദ്ധവിജയിയായ കൃപരും അശ്വത്ഥാമാവും വികർണ്ണനും അപ്രകാരം തന്നെ സൗമദത്തിയും ഉണ്ട്.

എനിക്കു വേണ്ടി പ്രാണൻ കളയാൻ ഒരുക്കമുള്ളവരും പലതരത്തിലുള്ള ആയുധങ്ങൾ പ്രയോഗിക്കാൻ കഴിവുള്ളവരുമായി വേറെയും വളരെ ശൂരന്മാർ ഉണ്ട്. എല്ലാവരും യുദ്ധവിശാരദന്മാരാകുന്നു.

ലേഖകചിന്ത:

ദുര്യോധനൻ ദ്രോണരെ ദ്വിജോത്തമൻ എന്ന് വിളിച്ചതിൽ ഒരു കുറ്റബോധം തോന്നി. അത് മര്യാദ കേടാണെന്ന് ദ്രോണരുടെ മൗനത്തിൽ നിന്നും ദുര്യോധനന് മനസ്സിലായി. ദ്രോണരുടെ ദൗർബല്യം എന്നും വർണമഹിമ എന്നചിന്ത തന്നെയായിരുന്നു. അതിലാണ് ദുര്യോധനൻ കയറിപ്പിടിച്ചത്. പക്ഷേ അത് അനവസരത്തിലായിപ്പോയി എന്ന് അദ്ദേഹം തിരിച്ചറിഞ്ഞു.

ദുര്യോധനൻ തന്റെ സൈന്യത്തിലെ യുദ്ധവിശാരദന്മാരെ അഭിമാനപൂർവ്വം പരിചയപ്പെടുത്തുന്നു.

ഭീഷ്മർ. ചന്ദ്രവംശ രാജാവായ ശന്തനുവിന് ഗംഗാദേവിയിൽ ജനിച്ച എട്ടാമത്തെ പുത്രൻ.. ദേവവ്രതൻ എന്നസുന്ദര നാമധാരി. പിതാവിന്റെ അനുരാഗപർവത്തിനുവേണ്ടി തന്റെ യൗവനം തല്ലിക്കെടുത്തിയ യുവകോമളൻ. പിതാവിന്റെ പ്രണയനൊമ്പരത്തിന് സാഫല്യം നേടിക്കൊടുത്ത ശ്രേഷ്ഠപുത്രൻ. ശന്തനുവിന് കസ്തൂരിഗന്ധിയായ സത്യവതിയെ സ്വപുത്രൻ വിവാഹം കഴിച്ചു കൊടുക്കുമ്പോൾ ദേവവ്രതൻ ഒരു വ്രതമെടുത്തു. 'ഞാൻ ആജീവനാന്തകാലം അവിവാഹിതനായിരുന്നു കൊള്ളാം.'

ഇത്ര ഭീകരമായ ഒരു പ്രതിജ്ഞ ചെയ്തതിനാൽ അന്നു മുതൽ ദേവവ്രതൻ ഭീഷ്മർ എന്ന പേരിൽ അറിയപ്പെടുമെന്ന് ദേവകൾ പ്രഖ്യാപിച്ചു. പ്രത്യുപകാരമായി അച്ഛൻ വരം നൽകി. സ്വച്ഛന്ദമരണം. എന്നുവെച്ചാൽ ഭീഷ്മരെ ആർക്കും കൊല്ലാൻ കഴിയില്ല. ഭീഷ്മർക്ക് ഇഷ്ടമുള്ളപ്പോഴേ മരിക്കാൻ പറ്റൂ. വംശത്തിന്റെ എല്ലാ ജീവിതവഴികളേയും കാലചക്രത്തിന്റെ നേർവഴിയിലൂടെ നടന്ന അമാനുഷപുരുഷൻ. ഒരുപാട് ജനനവും മരണവും മരണാനന്തര ചടങ്ങുകളും കണ്ടു യുദ്ധം വിജയിപ്പിക്കാൻ തന്റെ പക്ഷത്ത് നിലയുറപ്പിച്ച വയോധിക സേനാനി.

ഇതൊക്കെയാണെങ്കിലും പാണ്ഡവരുമായി സന്ധി ചെയ്യണമെന്ന് പല പ്രാവശ്യം തന്നെ ഉപദേശിച്ചയാളാണ് ഭീഷ്മർ എന്ന ചിന്ത ദുര്യോധനനെ അലട്ടുന്നുണ്ട്. മാത്രമല്ല ഭീഷ്മർ പാണ്ഡവരെ വധിക്കുകയില്ലെന്നും പറഞ്ഞത് ആശങ്കയുണ്ടാക്കുന്നു. എന്നാൽ ആശ്വാസം, പ്രതിദിനം പാണ്ഡവരുടെ പതിനായിരം യോദ്ധാക്കളെ വധിക്കുമെന്ന് ഉറപ്പ് തന്നിട്ടുണ്ട് എന്നതാണ്. ഒന്നാം ദിനമായ ഇന്നത്തെ യുദ്ധത്തിൽ ഭീഷ്മരും അർജ്ജുനനും തമ്മിൽ ദ്വന്ദ്വയുദ്ധം നടക്കും..

കർണനൻ. പേരു പറയുമ്പോൾ തന്നെ തന്റെ ഇരു കർണപുടവും വിജയഭേരി മുഴക്കുന്നതുപോലെ. പാണ്ഡവപക്ഷത്തു വരേണ്ട യുദ്ധവീരൻ. ഭീഷ്മർക്ക് സ്വച്ഛന്ദമൃത്യു പോലെ കർണന് കവചകുണ്ഡലങ്ങളുണ്ട് യുദ്ധം ജയിക്കാൻ. കർണ്ണന്റെ അച്ഛനായ സൂര്യഭഗവാൻ നൽകിയ കവചകുണ്ഡലങ്ങൾ അണിഞ്ഞിരിക്കുന്നിടത്തോളം കാലം എന്തിന് പാണ്ഡവരെ ഭയപ്പെടുന്നു.. കുന്തിയുടെ മകനെ

ക്കൊണ്ട് കുന്തിയുടെ മക്കളെ കൊല്ലിക്കുക. മറ്റൊരു സന്തോഷവുമുണ്ട്. കർണന്റ പുത്രൻമാരായ ചിത്രസേനൻ, സത്യസേനൻ, സുഷേണൻ എന്നിവരും കർണനോടൊപ്പം തന്നെയുണ്ട്.

കൃപാചാര്യർ... ശരദ്വാൻ എന്ന മുനിക്ക് ശരസ്തംഭം നെടുകെ പിളർന്ന് അതിൽ നിന്നും രണ്ടു കുട്ടികളുണ്ടായി. ആൺകുട്ടി കൃപർ എന്നും പെൺകുട്ടികൃപി എന്നും അറിയപ്പെട്ടു.. ശരദ്വാന മുനി കുട്ടികളെ കാട്ടിലുപേക്ഷിച്ച് പോയപ്പോൾ നായാട്ടിനു വന്ന ശന്തനു മഹാരാജാവ് കൊട്ടാരത്തിലേക്ക് കുട്ടികളെ കൂട്ടി കൊണ്ടു പോയി. രാജാവിനു കൃപ തോന്നിയതിനാൽ അവരെ കൃപൻ, കൃപി എന്നു വിളിച്ചു. തന്റെ പിതാവായ ശരദ്വാൻ ശന്തനുവിന്റെ കൊട്ടാരത്തിൽ വന്ന് കൃപർക്ക് ധനുർവേദം പഠിപ്പിക്കുകയും ചെയ്തു. പിന്നീട് കൃപർ കൗരവരുടേയും പാണ്ഡവരുടേയും ധനുർവേദം പഠിപ്പിക്കുന്ന ആചാര്യനായി നിയമിക്കപ്പെട്ടു.

കൃപരെ ദുര്യോധനന് ഏറ്റവും ഇഷ്ടം തോന്നിയത് കർണൻ കുന്തി പുത്രനാണ് എന്ന് കൗരവ പാണ്ഡവ ആയുധ പരീക്ഷ വേളയിൽ രംഗമഞ്ചത്തിൽവെച്ച് പറഞ്ഞപ്പോഴാണ്. പോരാത്തതിന് അർജ്ജുനൻ കുന്തിയുടെ ഒടുവിലത്തെ പുത്രനാണ് എന്ന പ്രഖ്യാപനവും. വിവരമുള്ളവർക്കറിയാം ആ പറഞ്ഞതിന്റെ അർത്ഥം. കുന്തിയുടെ മൂത്തപുത്രനാണ് കർണനെന്ന് പറയാതെ പറഞ്ഞ ഗുരു ശ്രേഷ്ഠൻ. രണ്ടുമാസം കൊണ്ട് പാണ്ഡവ സൈന്യത്തെ മുഴുവൻ നശിപ്പിക്കാനുള്ള ശക്തി തനിക്കുണ്ടെന്നു കൃപർ നേരിട്ട് പറഞ്ഞിട്ടുണ്ട്.. പിന്നെ ആരെ പേടിക്കണം.

ആ കൃപാചാര്യരുടെ സഹോദരി പുത്രൻ, ദ്രോണപുത്രൻ അശ്വത്ഥാമാവും കൂടെയുണ്ട്. ജനിച്ച ഉടനെതന്നെ ഉച്ചൈശ്രവസ്സ് എന്ന കുതിരയുടെ ശബ്ദത്തിൽ കൂകിവിളിച്ചവൻ. പാലാഴിമഥന സമയത്ത് വെള്ളത്തിൽനിന്നും ഉയർന്നുവന്ന വിശിഷ്ടമായ കുതിരയുടെ ശബ്ദത്തിന്നുടമ. പിതാവായ ദ്രോണരിൽ നിന്നും ഗുരു പരശുരാമനിൽ നിന്നും ആയുധാഭ്യാസ പരിശീലനം നേടിയ അശ്വത്ഥാമാവ് കൗരവപ്പടയുടെ നെടുംതൂണാണ്. പാണ്ഡവരോടുള്ള അടങ്ങാത്ത പക അശ്വത്ഥാമാവിന്റെ സിരകളിലൂടെ പ്രവഹിക്കുന്നത് ദുര്യോധനൻ തന്റെ മനസ്സിൽ കണ്ടു.

വികർണൻ തന്റെ പ്രിയപ്പെട്ട സഹോദരനാണ്. ദുശ്ശാസനനെ പോലെ കരുത്തൻ. പതിനൊന്ന് അക്ഷൗഹിണിയിൽ ഒന്ന് നയി

ക്കുന്ന മഹാരഥൻ. അർജുനനെ ഒരിക്കൽ ആക്രമിക്കാൻ ധൈര്യം കാട്ടിയവൻ. ഈ ഒന്നാംദിനത്തിൽ പാണ്ഡവ പക്ഷത്തെ ശ്രുതസേനനുമായി ദ്വന്ദ്വയുദ്ധത്തിൽ ഏറ്റു മുട്ടാനുള്ള ആവേശത്തിലാണ് വികർണ്ണൻ.

കുരുവംശരാജാവായ സൗമദത്തിയും കൂടെയുണ്ട്, ഒരു മഹാരഥനായിട്ട്. ഭീഷ്മർക്ക് ഏറെ പ്രിയപ്പെട്ടവനാകണമെങ്കിൽ അതിനർത്ഥം സൗമദത്തി മഹായോദ്ധാവാണെന്നു തന്നെ. ആശയും ആശങ്കകളുമായി ദുര്യോധനൻ തന്റെ യുദ്ധവിശാരദരെ പരിചയപ്പെടുത്തി.

നുറുങ്ങ്:

ദേവവ്രതൻ എത്ര നല്ല പേര്. അച്ഛന്റെ പ്രണയമോഹം സുഭദ്രമാക്കാൻ വേണ്ടി വധുവിനെ അന്വേഷിച്ചു കണ്ടെത്തി വിവാഹജീവിതം വേണ്ടെന്ന പ്രതിജ്ഞ എടുത്ത് ജീവിതം തുലച്ച പാവം. ദേവകൾ ദേവവ്രതനെ ഭീഷ്മരാക്കി മാറ്റി.

തെറ്റായ പ്രതിജ്ഞ തിരുത്തിയില്ലെങ്കിൽ ഭീഷ്മർക്കു പറ്റിയ ജീവിതനഷ്ടത്തിന് മറുവാക്കില്ല. ഭീഷ്മശപഥം ശരിയോ?

ശ്ലോകം പത്ത്

അപര്യാപ്തം തദസ്മാകം
ബലം ഭീഷ്മാഭി രക്ഷിതം
പര്യാപ്തം ത്വിദമേതേഷാം
ബലം ഭീമാഭി രക്ഷിതം

ഭീഷ്മരാൽ രക്ഷിക്കപ്പെടുന്ന നമ്മുടെ സൈന്യം അസമർത്ഥമാണ് അഥവാ അളവറ്റതാണ്. ഭീമനാൽ രക്ഷിക്കപ്പെടുന്ന അവരുടെ സൈന്യമാകട്ടെ സമർത്ഥവും അഥവാ പരിമിതവും ആകുന്നു.

ലേഖക ചിന്ത:

നാം സേനാനായകരായി ചുമതലയേല്പിച്ചിരിക്കുന്നത് ഭീഷ്മരെയാണ്. അദ്ദേഹം യുദ്ധവിദഗ്ദ്ധന്മാരുടെ മുൻനിരയിൽ നിൽക്കുന്ന വിശ്വജിത്താണ്. അദ്ദേഹത്തിന്റെ ശക്തിപ്രഭാവം ലോകപ്രസിദ്ധമാണ്. യഥാർത്ഥത്തിൽ നമ്മുടെ സേന പെരുങ്കോട്ട പോലെ അതിശക്തമാണ്. അതിന്റെ മുൻപിൽ മൂന്നു ലോകങ്ങളും ഒന്നുമല്ല. കൊടുങ്കാറ്റു എങ്ങനെയാണോ തിരമാലകളെ ഇളക്കിമറിക്കുന്നത് അതുപോലെയും ലോകസംഹാരത്തിനുള്ള അഗ്നിയെ കൊടുങ്കാറ്റ് തുണക്കുന്നതുപോലെയും മിന്നലിന്റെ പ്രഭ കണ്ട് പകച്ചുപോകുന്ന ജീവഗണങ്ങളെപോലെയും ഇതാ നമ്മുടെ അജയ്യനായ ഗംഗാസുതൻ ഭീഷ്മർ നയിക്കുന്ന ഈ മഹാസൈന്യത്തെ കണ്ടു അവർ പകച്ചുപോയിരിക്കുന്നു. നമ്മുടെ സൈന്യവുമായി താരതമ്യം ചെയ്യുമ്പോൾ പാണ്ഡവസൈന്യം എത്ര നിസ്സാരം. എല്ലാ ആശങ്കകളും മാറ്റിവെച്ചു ദുര്യോധനൻ ആത്മവിശ്വാസത്തിന്റെ ഹിമശിഖരത്തിലാണെന്നു അണികളെ ബോധ്യപ്പെടുത്തുന്ന മനോഹരമായ മുഹൂർ

ത്തമാണിത്. അവസാനം പറയുന്ന വാക്കുകൾ എല്ലാം തകിടം മറിക്കുന്നു. ഇതൊക്കെയാണെങ്കിലും ശക്തനായ ഭീമസേനനാണ് പാണ്ഡവ സേനയുടെ പടനായകൻ. ദുര്യോധനനന്റെ നിശ്ശബ്ദതയാണ് പിന്നെ നാം കാണുന്നത്.

ഭീമസേനാ നിന്നെ ഞാൻ .. എല്ലാം എനിക്കോർമയുണ്ട്. നീ പിറന്ന ഉടൻ 'ഈ കുമാരൻ സകല ബലവാന്മാരിലും ഒന്നാമനാ'കുമെന്നുള്ള അശരീരിയെക്കുറിച്ചു എപ്പോഴും എടുത്തുപറയുന്നത് കേട്ടിട്ടുണ്ട്. ജനിച്ചതിന്റെ പത്താംദിവസം കുന്തിയുടെ മടിയിൽ നിന്നും പാറയിൽ വീണതും പാറ തകർന്നു തരിപ്പണമായതും ഭീമന്റെ കരുത്തിന്റെ വർണ്ണനകളാണ്. ശതശൃംഗനിവാസികളായ മഹർഷിമാർ കുഞ്ഞിന്റെ കരുത്തുകണ്ടു ഭീമൻ എന്ന് പേര് വിളിച്ചു. ഗദായുദ്ധം പഠിപ്പിച്ചത് ശുകമഹർഷി. പിന്നീട് മറക്കാൻ പറ്റാത്ത കാലം. ഹസ്തിനപുരിയിലെ ബാലലീലകളുടെ കാലം. ഭീമൻ എന്നും കളിയിൽ തോൽപ്പിക്കുകയും ഉപദ്രവിക്കുകയും ചെയ്തിരുന്നത്. ശല്യം സഹിക്കാതെ വിഷം കൊടുത്തു ഗംഗയിലെ ലതാവൃതമായ കയത്തിൽ വലിച്ചെറിഞ്ഞത്. എട്ടു ദിവസങ്ങൾക്കു ശേഷം തിരിച്ചു വന്നത്. എട്ടുകുടം നാഗരസായനം കഴിച്ചു മഹാശക്തിമാനായത്.

ആയുധ പരീക്ഷാ സമയത്തു ഭീമസേനനുമായി ഏറ്റുമുട്ടിയത്. ഒന്നും മറക്കാൻ കഴിയില്ല. ഗദായുദ്ധത്തിൽ ബലരാമനിൽ നിന്ന് ഉപരിപഠനം നേടി കൂടുതൽ കരുത്തനായതോടെ അവനോടുള്ള വിദ്വേഷമിരട്ടിച്ചു. ഭീമനെ കൊന്നൊടുക്കാൻ വേണ്ടി അരക്കില്ലം പണികഴിപ്പിച്ചതും അവിടെ നിന്ന് അരക്കില്ലത്തിനു തീവെച്ച് രക്ഷപ്പെട്ടതും വീണ്ടും നിന്നോടുള്ള പക ഇരട്ടിക്കുന്നതിനു കാരണമായി. ഏകചക്ര എന്ന രാജ്യത്തിലെ ഏകാധിപതിയായ ബാലനെ വധിച്ചു ആ രാജ്യത്തിലെ പ്രജകൾക്ക് സ്വാതന്ത്ര്യം നേടിക്കൊടുത്തതിന്റെ പെരുമയും ഭീമനെ ജനപ്രിയനാക്കി.

ലോകത്തു ആർക്കും ലഭിക്കാത്ത മധുവിധു ഭാഗ്യമാണ് ഭീമന് ലഭിച്ചത്. ഹിഡിംബി എന്ന രാക്ഷസപെണ്ണിന്റെ നിഷ്കളങ്കമായ സ്നേഹം. ഉദയം മുതൽ അസ്തമയം വരെ ഭീമനെയും വഹിച്ചുകൊണ്ട് ആകാശത്തിലും പർവ്വതശിഖരങ്ങളിലും സഞ്ചരിച്ചുള്ള മധുവിധു ആഘോഷം. ഒരു വർഷമാണ് മധുവിധു ആഘോഷിച്ചത്. ആ കരുത്തിന്റെ സന്തതി ഘടോൽക്കചൻ പാണ്ഡവരുടെ മറ്റൊരു കരുത്തു തന്നെ.

ചില സമയങ്ങളിൽ ഭീമനോട് ഇഷ്ടം തോന്നിയിട്ടുണ്ട്. പാഞ്ചാലിയെ കൗരവസഭയിൽ വെച്ച് പരസ്യമായി വിവസ്ത്രയാക്കാൻ ദുശ്ശാസനൻ ശ്രമിച്ചപ്പോൾ പൊട്ടിത്തെറിച്ചതും ചൂതുകളി നടത്തിയ യുധിഷ്ഠിരന്റെ കൈകൾ ചുട്ടെരിക്കുമെന്നു അലറിവിളിച്ചതും. പക്ഷെ, ആ രംഗം ഭീതിപ്പെടുത്തുന്ന കാഴ്ചയാണ്. പാഞ്ചാലിയെ വസ്ത്രാക്ഷേപം ചെയ്ത ദുശ്ശാസനന്റെ രക്തം കൊണ്ടേ അഴിഞ്ഞുപോയ തലമുടി കെട്ടിവെക്കൂ എന്ന ഉഗ്രമായ പ്രതിജ്ഞ ചെയ്ത നിമിഷം. ദുര്യോധനനന്റെ തുട അടിച്ചൊടിക്കുമെന്നുള്ള വെല്ലുവിളിയും. പിന്നെ കീചകനെ വധിച്ചത്, എല്ലാം ദുര്യോധനൻ ഓർത്തു. ഇപ്പോഴിതാ യുദ്ധത്തിന് രണ്ടു സൈന്യങ്ങളും അണിനിരന്നപ്പോൾ കൗരവസദസ്സിലേക്കു അമ്പും വില്ലുമില്ലാതെ കാൽ നടയായി വന്ന ധർമപുത്രരെ ചോദ്യം ചെയ്യുന്നു ഭീമസേനൻ. ഇന്ന് ഈ ഒന്നാം ദിനത്തിൽ ദുര്യോധനനോട് ദ്വന്ദ്വയുദ്ധം നടത്താനാണ് ഭീമന് മോഹം.

നുറുങ്ങ്:

ആകാശത്തിലും പർവ്വതശിഖരങ്ങളിലും മധുവിധു ആഘോഷിച്ച, പകൽ സമയത്തു മാത്രം രതിലീലകളിലേർപ്പെട്ടു കുഞ്ഞുപിറന്ന അദ്ഭുത മധുവിധു.. ഭീമന് ഹിഡുംബിയിൽ പിറന്നവൻ ഘടോൽക്കചൻ. പാണ്ഡവന്മാരിലെ മൂത്തവൻ. ബ്രാഹ്മണരെയും അവരുടെ യജ്ഞങ്ങളെയും ചോദ്യം ചെയ്യാനുള്ള കരുത്തു പകൽനേരം പിറന്ന കറുത്ത വർഗക്കാരനായ ഘടോൽക്കചനാണ് ഉണ്ടായത് എന്ന കാര്യം പ്രേത്യേകം ശ്രദ്ധിക്കുക

ശ്ലോകം പതിനൊന്ന്, പന്ത്രണ്ട്

അയനേഷു ച സർവേഷു
യഥാഭാഗമവസ്ഥിതാഃ
ഭീഷ്മമേവാഭി രക്ഷന്തു
ഭവന്തഃ സർവ ഏവ ഹി.

അതിനാൽ നിങ്ങളെല്ലാവരും തന്നെ സ്ഥാനം തെറ്റാതെ നിലയുറപ്പിച്ച് എല്ലാ സ്ഥാനങ്ങളിലും ഭീഷ്മരെത്തന്നെ രക്ഷിക്കണം.

തസ്യ സംജനയൻ ഹർഷം
കുരു വൃദ്ധഃ പിതാ മഹഃ
സിംഹനാദം വിനദ്യോച്ചൈഃ
ശംഖം ദധ്മൗ പ്രതാപവാൻ

പ്രതാപശാലിയും കുരുവൃദ്ധനുമായ ഭീഷ്മർ ദുര്യോധനന് സന്തോഷം ഉണ്ടാക്കുവാനായി ഉച്ചത്തിൽ സിംഹനാദം പുറപ്പെടുവിച്ചു ശംഖു വിളിച്ചു.

ലേഖക ചിന്ത:

ദുര്യോധനൻ യുദ്ധം തുടങ്ങുന്നതിനു മുൻപ് തന്നെ ഭയം അദ്ദേഹത്തെ നിഴൽപോലെ അനുഗമിക്കുന്നത് മഴക്കോളിനു മുൻപുള്ള ആകാശം പോലെ തോന്നിച്ചു. കൗരവപ്പടയിലെ പത്തു സേനാനായകന്മാരോടും ആജ്ഞാ സ്വരത്തിൽ കർക്കശമായി പറഞ്ഞു. നിങ്ങളുടെ കീഴിലുള്ള സൈന്യത്തെ എപ്പോഴും തയ്യാറാക്കി നിർത്തണം. നിങ്ങൾ സേനാമുഖത്തു നിന്നുകൊണ്ട് മറ്റുള്ളവർക്ക് അവരവരുടെ ജോലി നിശ്ചയിച്ചു കൊടുക്കുകയും വേണം. അക്ഷൗഹിണിയിലെ കൃത്യമായ കണക്കുകൾ ദുര്യോധനന് ഹൃദിസ്ഥമാ

ണ്. ഇരുപത്തൊന്നായിരത്തി എണ്ണൂറ്റി എഴുപതു രഥങ്ങളും അത്രയും തന്നെ ആനയും, അറുപത്തി അയ്യായിരത്തി അറുനൂറ്റി പത്തു കുതിരകൾ, ഒരു ലക്ഷത്തി ഒൻപതിനായിരത്തി മുന്നൂറ്റി അൻപത് സൈനികർ. ഇപ്രകാരം പതിനൊന്നു അക്ഷൗഹിണി, ഈ കരുത്തിനോട് ജയിക്കാൻ ലോകത്തു ഒരു ശക്തിക്കും സാധ്യമല്ല. ഒരു ജീവ സാഗരമാണ് കൗരവ സൈന്യം. അതിനിടയിൽ ദുര്യോധനന് ആശങ്ക വീണ്ടും ഉടലെടുത്തു. എണ്ണത്തിൽ കൂടുതലുണ്ടെങ്കിലും അശിക്ഷിതരായ കാട്ടുജാതിക്കാരും ദുർമ്മോഹികളായ സാമന്തന്മാരും മറ്റും ചേർന്നതാണ് കൗരവപ്പട. ഈ സൈന്യത്തെ ഏകോപിപ്പിക്കപ്പെടുന്ന ഒരേയൊരു ഘടകം ഭീഷ്മരെന്ന മഹാസേനാപതിയാണ്. അദ്ദേഹത്തിന് ആപത്തു വന്നാൽ തീർന്നു ഒന്നാം ദിനം തന്നെ എല്ലാം. അതുകൊണ്ട് എല്ലാവരും ചേർന്ന് ഭീഷ്മർക്കു സംരക്ഷണമൊരുക്കുക. ഭീഷ്മർക്ക് ആപത്തു പിണഞ്ഞാൽ കൗരവ സൈന്യം പളുങ്കു പാത്രം വീണുടയുന്നതു പോലെ ചിതറി തെറിക്കും. എന്നിട്ടും ദുര്യോധനന്റെ ആശങ്കയ്ക്ക് അറുതി വന്നില്ല. ദ്രോണരോട് പറയുകയാണ് 'അങ്ങയുടെ ശ്രദ്ധ എല്ലാറ്റിലും പതിയണം. എന്നെപ്പോലെ കരുതി അങ്ങ് എപ്പോഴും ഭീഷ്മരുടെ തുണയ്ക്കു ഉണ്ടായിരിക്കണം'

ഇവിടെ ദുര്യോധനൻ പിച്ചും പേയും പറയുന്നത് പോലെ തോന്നുകയാണ്. എത്ര ബാലിശമായ ചിന്തകളാണ് അദ്ദേഹത്തിന്റെ മനസ്സിൽ. ഭീഷ്മരെ രക്ഷിക്കാൻ മറ്റെല്ലാ മഹാരഥന്മാരും അദ്ദേഹത്തിന് ചുറ്റും സംരക്ഷണവലയം തീർക്കുക. അപ്പോൾ മറ്റു മഹാരഥന്മാരെ ആര് രക്ഷിക്കും. അതുമാത്രമല്ല ഭീഷ്മരുടെ ശക്തിയെ കുറച്ചു കാണുന്നതുപോലെ ദ്രോണർക്കുപോലും അനുഭവപ്പെട്ടു. ഭീഷ്മരെ തുണയ്ക്കാൻ ദ്രോണരോട് പരസ്യമായി പറയുമ്പോൾ കൗരവപ്പടയിലെ അഭിപ്രായ വ്യത്യാസം മറനീക്കി പുറത്തു വന്നു.

പടക്കളത്തിലെ ഈ വകതിരിവില്ലായ്മ കൗരവപ്പടയിലെ അണികളിൽ അങ്കലാപ്പും അസ്വസ്ഥതയും സൃഷ്ടിച്ചു കൊണ്ടിരുന്നു. ഭീഷ്മർ ദുര്യോധനന്റെ അനാവശ്യമായ ഇടപെടൽ വീക്ഷിച്ചുകൊണ്ടിരുന്നു. ദ്രോണരുടെ മുഖത്തെ ക്ഷമാശീലം മായാനും തുടങ്ങി. ഇതാണ് യുദ്ധം ആരംഭിക്കാനുള്ള സമയം. സൈന്യത്തിലെ അഭിപ്രായ വ്യത്യാസം പടരുന്നതിനുമുമ്പേ യുദ്ധം ആരംഭിക്കുക. ഉത്സാഹമാണ് യുദ്ധത്തിന്റെ ശക്തി.

എല്ലാവരെയും ഉത്സാഹഭരിതമാക്കാൻ ഭീഷ്മർ തന്റെ ശംഖു വിളിച്ചു യുദ്ധാരംഭം കുറിച്ചു. ആക്രമണം ആരംഭിച്ചത്, വെല്ലുവിളിച്ചത് കൗരവപക്ഷം തന്നെ. അതെ ധർമ്മയുദ്ധം ആരംഭിച്ചത് എന്നും ധർമത്തിലൂടെ ജീവിതയാത്ര നടത്തിക്കൊണ്ടിരിക്കുന്ന ഭീഷ്മ പിതാമഹൻ. പാണ്ഡവരുമായി സഖ്യത്തിൽ കഴിയണമെന്ന് വാദിച്ച ഭീഷ്മർ പാണ്ഡവർക്കെതിരെയുള്ള യുദ്ധാരംഭത്തിനുള്ള ശംഖൊലി മുഴക്കിയിരിക്കുന്നു. കൗരവപക്ഷം ഇളകിമറിഞ്ഞപ്പോൾ ദുര്യോധനൻ ആവേശത്തിരയിൽ ഇളകിമറിഞ്ഞു.

നുറുങ്ങ്:

'അയ്യോ എനിക്ക് പേടിയാകുന്നു. എല്ലാവരും എനിക്കു ചുറ്റും വന്ന് നിൽക്കുക' പേടിത്തൊണ്ടന്മാരെ പരിഹസിക്കുന്ന നാടൻ പഴമൊഴി. ഭീഷ്മർക്കു ചുറ്റും അണിനിരക്കാൻ പറയുന്ന ദുര്യോധനന്റെ പേടിയിൽ നിന്നല്ലേ ഈ പഴഞ്ചൊല്ലിന്റെ ഉത്ഭവം.

ശ്ലോകം പതിമൂന്ന്

തതഃ ശംഖാശ്ച ഭേര്യശ്ച
പണവാനാക ഗോമുഖാഃ
സഹസൈവാഭ്യഹന്യന്ത
സ ശബ്ദസ്തുമുലോ ഭവത്

അനന്തരം ശംഖുകളും ഭേരികളും, പണവം, ആനകം, ഗോമുഖം തുടങ്ങിയ വാദ്യങ്ങളും ഉടൻ തന്നെ മുഴക്കപ്പെട്ടു. ആ ശബ്ദം ഒരു കോലാഹലമായി തീർന്നു.

ലേഖക ചിന്ത:

ഭീഷ്മരുടെ ശംഖധ്വനി കേട്ടതോടെ യുദ്ധത്തിന്റെ അന്തരീക്ഷം അരങ്ങൊരുങ്ങി. യോദ്ധാക്കളുടെ ഞരമ്പുകളിൽ രക്തം തിളച്ചുയരാൻ തുടങ്ങി. വാർദ്ധക്യത്തിന്റെ ഒരാലസ്യവും ഇല്ലാതെ എത്ര ഉജ്ജ്വലമായ ശംഖം വിളിയാണ് ഭീഷ്മരിൽ നിന്നും ഒഴുകിയെത്തിയത്. ശംഖനാദം കേട്ട് പതിനാലു ലോകങ്ങളും യുദ്ധവാർത്ത അറിഞ്ഞു. ഭീഷ്മനാദത്തിന്റെ അലയൊലികൾ അവസാനിക്കുന്നതുവരെ എല്ലാവരും ശബ്ദം അടക്കിപ്പിടിച്ചു. അലയൊലി തീരുമ്പോഴേക്കും ശംഖ്, ഭേരി, പണവം, ആനകം, ഗോമുഖം എന്നിവയിൽ യോദ്ധാക്കൾ യുദ്ധകാഹളം മുഴക്കിയപ്പോൾ ആ മുഴക്കത്തെ കോലാഹലം അഥവാ 'തുമുലശബ്ദ': എന്ന് വിശേഷിപ്പിക്കുകയാണ് സഞ്ജയൻ ചെയ്യുന്നത്. കൗരവപക്ഷത്തിന്റെ ഐക്യമില്ലായ്മയെ പരോക്ഷമായി പറയുകയാണ് സഞ്ജയൻ. പരിശീലനക്കുറവും ഏകോപനമില്ലായ്മയുമാണ് കൗരവപക്ഷത്തിന്റെ ശബ്ദകോലാഹലത്തിനു നിദാനമായതെന്നു വ്യക്തമാകുന്നു.

സഞ്ജയൻ.. എല്ലാ കാര്യങ്ങളും നിക്ഷ്പക്ഷമായി മാത്രം കാണുന്ന ധൃതരാഷ്ട്രരുടെ മന്ത്രി. തന്റെ പിതാവായ ഗവൽഗണ

നിൽനിന്ന് പഠിച്ചതാണ് നിക്ഷ്പക്ഷത. നല്ല പിതാക്കളിൽ നിന്നും നല്ലതു പകർന്നുകിട്ടുന്നു. ധൃതരാഷ്ട്രരുടെ മന്ത്രിയാണെങ്കിലും പക്ഷ രഹിതമായിരിക്കും തന്റെ നിലപാടുകളെന്നു അദ്ദേഹം ധൃതരാഷ്ട്ര രോട് തന്നെ പറഞ്ഞിട്ടുണ്ട്. ഭാരതയുദ്ധത്തിന്റെ ഒരു കണ്ണി പോലും വിടാതെ എല്ലാമെല്ലാം അന്ധനായ തന്റെ ബന്ധുവായ ധൃതരാഷ്ട്രർക്ക് പറഞ്ഞുകേൾപ്പിക്കുന്ന ദൗത്യം സഞ്ജയൻ ഭംഗിയായി നിർവഹിക്കുന്നു. വ്യാസഭഗവാൻ സഞ്ജയന് യുദ്ധം കാണാൻ ഒരു ദിവ്യനേത്രവും സമ്മാനിച്ചു. ഈ ദിവ്യാനുഗ്രഹവും ലഭിച്ചപ്പോൾ സഞ്ജയൻ യുദ്ധവിവരങ്ങളെല്ലാം തത്സമയം ധൃതരാഷ്ട്രരെ അറിയിച്ചു കൊണ്ടിരുന്നു.

യുധിഷ്ഠിരന്റെ രാജസൂയ യജ്ഞത്തിൽ ആതിഥേയനായി നിന്നു കൊണ്ട് അതിഥികളായി വന്ന രാജാക്കന്മാർക്ക് യോജ്യമായ സൗകര്യങ്ങൾ ഏർപ്പെടുത്തിക്കൊടുത്തതോടെയാണ് സഞ്ജയനെ രാജാക്കന്മാർ ശ്രദ്ധിക്കുന്നത്. പിന്നീട് പാണ്ഡവരെ കള്ളച്ചൂതിൽ തോൽപിച്ചു വനവാസത്തിനു അയച്ചതിൽ ധൃതരാഷ്ട്രരെ കണക്കറ്റു ശകാരിക്കാൻ സഞ്ജയൻ മടി കാണിച്ചിട്ടില്ല. കാമ്യകവനത്തിൽ വെച്ച് ദുര്യോധനനെ വധിക്കാൻ ശ്രീകൃഷ്ണാദികൾ പ്രതിജ്ഞ ചെയ്തപ്പോൾ ധൃതരാഷ്ട്രരെ ആ പ്രതിജ്ഞ അതുപോലെ പറഞ്ഞു കേൾപ്പിച്ചത് മുതലാണ് ധൃതരാഷ്ട്രർക്ക് സഞ്ജയനോട് പ്രത്യേക മമത തോന്നിത്തുടങ്ങിയത്. ദുര്യോധനനെ നിലക്കുനിർത്താനാണ് പിതാവെന്ന നിലയിൽ അങ്ങ് ആദ്യം പഠിക്കേണ്ടതെന്ന് ധൃതരാഷ്ട്രരുടെ മുഖത്തുനോക്കി പറയാനുള്ള ചങ്കൂറ്റം സഞ്ജയൻ കാണിച്ചിട്ടുണ്ട്. ശ്രീകൃഷ്ണാർജ്ജുനസംവാദത്തെ വളച്ചൊടിക്കാതെ അതേപടി പറഞ്ഞുതരാൻ പറ്റിയ വക്താവാണ് സഞ്ജയൻ എന്ന് സ്വാമി ചിന്മയാനന്ദൻ പറഞ്ഞത് ശ്രദ്ധേയം.

നുറുങ്ങ്:

നമുക്ക് കായികരംഗത്തെ മികവ് പരിഗണിച്ച് അർജ്ജുനപുരസ്കാരമുണ്ട്. മികച്ച കായികപ്രതിഭകളെ കണ്ടെത്തി പരിശീലനം നൽകുന്ന കായികഗുരുവിന് ദ്രോണാചാര്യ പുരസ്കാരവും. നിക്ഷ്പക്ഷ ദൃശ്യമാദ്ധ്യമപ്രവർത്തകന് സഞ്ജയൻ മാദ്ധ്യമപുരസ്കാരം ഏർപ്പെടുത്തിയിരുന്നെങ്കിൽ...

ശ്ലോകം പതിനാല്

തതഃശ്വേതൈർഹയൈർയുക്തേ
മഹതി സ്യന്ദനേ സ്ഥിതൗ
മാധവഃ പാണ്ഡവശ്ചൈവ
ദിവ്യ ശംഖൗ പ്രദധ് മതുഃ

അനന്തരം വെള്ളക്കുതിരകളെ പൂട്ടിയ മഹത്തായ തേരിൽ സ്ഥിതി ചെയ്യുന്ന ശ്രീകൃഷ്ണനും അർജുനനും ദിവ്യ ശംഖുകൾ മുഴക്കി.

ലേഖക ചിന്ത:

കൗരവപക്ഷത്തെ യുദ്ധകാഹളം മുഴക്കിയ ഭീഷ്മരുടെ ശംഖിനു മറുപടിയായി പാണ്ഡവപക്ഷത്തു നിന്ന് ശ്രീകൃഷ്ണനും അർജുനനും എത്ര മനോഹരമായാണ് ശംഖനാദം പുറപ്പെടുവിച്ചിരിക്കുന്നത്. സഞ്ജയൻ ഒരിക്കൽ മാത്രം പക്ഷപാതിയായി മാറുന്നത് പോലെ ഇവിടെ നമ്മുക്ക് അനുഭവപ്പെടുന്നുണ്ട് .

വർണന അതിമനോഹരം. വെള്ളക്കുതിരകളെ പൂട്ടിയ മഹത്തായ തേരിൽ സ്ഥിതിചെയ്യുന്ന ശ്രീകൃഷ്ണനും അർജുനനും അവരുടെ ദിവ്യ ശംഖുകൾ മുഴക്കി എന്ന ചിത്രം ധൃതരാഷ്ട്രരുടെ മനസ്സിൽ ഭീതി വളർത്താനുള്ളത് തന്നെയാണ്. വെളുപ്പ് നിറം സമാധാനത്തിന്റെ പ്രതീകമാണ്. യുദ്ധകാഹളമേ ആയിട്ടുള്ളു. യുദ്ധം കൗരവരാണ് തുടങ്ങിയത്. അവർക്കു തന്നെ അവസാനിപ്പിക്കാനുള്ള അവസരമാണിത്. സമാധാനത്തിന്റെ വെള്ളക്കുതിരകളിൽ ശ്രീകൃഷ്ണനും അർജുനനും സ്ഥിതി ചെയ്യുന്നു എന്ന് പറഞ്ഞാൽ അവർ ഇനിയും യുദ്ധം ആഗ്രഹിക്കുന്നില്ല എന്നാണ് സഞ്ജയൻ കരുതുന്നത്. സമാധാനത്തിനു ഇനിയും സമയമുണ്ട്. രഥത്തിൽ വേഗം കൂടിയ ഗരുഡനെപ്പോലെയുള്ള നാല് വെളുത്ത കുതിരകൾ, നാല് ദിക്കുകളിലും സമാധാനമാഗ്രഹിക്കുന്ന ഒരു സൂചക

മായിട്ടാണ് സഞ്ജയൻ പ്രത്യേകം എടുത്തുപറയുന്നത്. യുദ്ധസാരഥിയല്ല സമാധാനത്തിന്റെ തേരാളിയാണ് യുദ്ധക്കൊതിയന്മാരുടെ മുൻപിൽ നിൽക്കുന്നത് എന്ന വർണ്ണന സഞ്ജയൻ യുദ്ധപക്ഷത്തല്ല ശാന്തി പക്ഷത്താണ് എന്ന് ബോധ്യപ്പെടുത്തുന്നു. സഞ്ജയൻ രഥത്തിലെ കൊടിമരത്തിൽ പാറിക്കളിക്കുന്ന സൂര്യശോഭയാർന്ന കൊടിക്കൂറയിൽ മാരുതിയുടെ മുദ്ര തെളിഞ്ഞു നിൽക്കുന്നത് കണ്ടു അഭിമാനം കൊണ്ടു. കരുത്തിന്റെ പ്രതീകമായ ഹനുമാൻ എവിടെയുണ്ടോ അവിടെ വിജയമുണ്ട്. മാത്രമല്ല ഹനുമാനെപ്പോലെ സത്യത്തിന്റെ പാതയിൽ സഞ്ചരിച്ച മറ്റൊരാളെ നമുക്ക് കാണാൻ സാധ്യമല്ല.

വിഷ്ണുവിന്റെ മുദ്രയാണ് ശംഖ്. ശംഖുകൾക്കു പ്രശസ്തി, ദീർഘായുസ്സ്, സമ്പദ്സമൃദ്ധി എന്നിവ പ്രദാനം ചെയ്യാനും, പാപമുക്തി നൽകാനും കഴിയുമെന്ന് കേട്ടിട്ടുണ്ട്. സമ്പത്തിന്റെ ദേവതയും വിഷ്ണുവിന്റെ പത്നിയുമായ ലക്ഷ്മിയുടെ വാസ സ്ഥലമായും ശംഖിനെ കണക്കാക്കുന്നു. മംഗളകരമായ ധ്വനി അഥവാ ശബ്ദം എന്നാണു ശംഖ് എന്ന വാക്കിന്റെ അർഥം. പ്രകാശപൂർണമായ ആകാശമെന്നും ശംഖിനെ വിശേഷിപ്പിക്കുന്നുണ്ട്. ഓംകാരം എന്ന ഏക ശബ്ദംമാത്രം പുറപ്പെടുവിക്കുന്ന ഒരേ ഒരു പ്രകൃതിനിർമ്മിതമായ വാദ്യമാണ് ശംഖ്. നെഗറ്റീവ് അഥവാ നിഷേധാത്മക ഊർജത്തെ ഇല്ലാതാക്കുന്ന വാദ്യമാണ് ശംഖ്. അതുകൊണ്ടാണ് അതിനെ ദിവ്യമെന്നു സഞ്ജയൻ അഭിസംബോധന ചെയ്യുന്നത്.

ശൈവ സാന്നിധ്യമായ കൊടിയടയാളമുള്ള ഹനുമാന്റെ കൊടിക്കൂറയും വിഷ്ണുവിന്റെ മുദ്രയുള്ള ശംഖധ്വനിയും ചേരുമ്പോൾ അറിയാം വിജയമെന്നും പാണ്ഡവപക്ഷത്താണ് എന്ന് സഞ്ജയൻ പരസ്യമായി പ്രഖ്യാപിക്കുകയാണ് ഇവിടെ.

നുറുങ്ങ്:

വിജയത്തിന്റ കൊടിയടയാളം മാരുതിയാണെന്ന് മഹാഭാരതയുദ്ധത്തിലേ തിരിച്ചറിഞ്ഞു, ഭഗവാൻ ശ്രീകൃഷ്ണൻ. ആധുനിക ഭാരതത്തിൽ, സ്വന്തമായി ഒരു കാർ നിർമാണക്കമ്പനി ആരംഭിച്ചപ്പോൾ ആ പൊതുമേഖലാ സ്ഥാപനത്തിന് നൽകിയ പേര് മാരുതി എന്നും ആ പേര് നൽകിയ ആൾ സഞ്ജയൻ എന്നതും യാദൃച്ഛികം മാത്രം. കൃഷ്ണന്റെ തേരിലെ കുതിരകളുടെ നിറം എന്നതു പോലെ ഭൂരിഭാഗം കാറിന്റെ നിറവും വെളുത്തതു തന്നെ.

ശ്ലോകം പതിനഞ്ച്, പതിനാറ്

പാഞ്ചജന്യം ഋഷികേശഃ
ദേവദത്തം ധനഞ്ജയഃ
പൗണ്ഡ്രം ദധ്മൗ മഹാശംഖം
ഭീമ കർമ്മാ വൃകോദരഃ
അനന്ത വിജയം രാജാ
കുന്തി പുത്രോ യുധിഷ്ഠിരഃ
നകുലഃ സഹദേവശ്ച
സുഘോഷ മണിപുഷ്പകൗ

ശ്രീകൃഷ്ണൻ പാഞ്ചജന്യം എന്ന ശംഖത്തെയും അർജുനൻ ദേവദത്തം എന്ന ശംഖത്തെയും ഭീമാകാരനായ ഭീമസേനൻ പൗണ്ഡ്രം എന്ന ശംഖത്തെയും മുഴക്കി. കുന്തീപുത്രനായ യുധിഷ്ഠിര രാജാവ് അനന്തവിജയം എന്ന ശംഖത്തേയും നകുല സഹദേവൻമാർ സുഘോഷം, മണിപുഷ്പകം എന്നീ ശംഖങ്ങളേയും മുഴക്കി.

ലേഖക ചിന്ത:

ഭഗവാൻ ശ്രീകൃഷ്ണന്റെ വഴികൾ പ്രവചനാതീതമാണ്. തന്റെ ഭക്തനും വിശ്വസ്തനുമായ പാർത്ഥനോടുള്ള സ്നേഹാതിരേകം കൊണ്ട് അദ്ദേഹം അർജുനന്റെ സാരഥിയായി. അതുകൊണ്ടാണല്ലോ ശ്രീകൃഷ്ണനെ പാർത്ഥസാരഥി എന്ന് വിളിക്കുന്നത്. പാർത്ഥനെ പിന്നിലിരുത്തി മന്ദസ്മിതചിത്തനായി കൃഷ്ണൻ തേർതെളിച്ചു. കുരുക്ഷേത്രഭൂമിയിൽ ധർമ്മത്തിന്റെ ശംഖനാദമായ പാഞ്ചജന്യം മുഴങ്ങി. ഓടക്കുഴൽ നാദം കൊണ്ട് പ്രകൃതിയെ സംഗീത സാന്ദ്രമാക്കിയ ഉണ്ണിക്കണ്ണൻ ഇപ്പോൾ ശംഖനാദത്തിലൂടെ ഓങ്കാരം മുഴക്കുന്നു. പാണ്ഡവപക്ഷവും യുദ്ധത്തിനൊരുങ്ങിയിരിക്കുന്നു

എന്ന കാഹള ഗീതമായി മാറി പാഞ്ചജന്യത്തിന്റെ അലയൊലി.

പാഞ്ചജന്യം, ഭഗവവാൻ ശ്രീകൃഷ്ണന്റെ ദിവ്യമായ ശംഖം. പഞ്ചജനൻ എന്ന ശക്തിമാനായ അസുരൻ വസിച്ചിരുന്നത് ഒരു ശംഖിനകത്തായിരുന്നു. സാന്ദീപനി മഹർഷിയുടെ ആശ്രമത്തിൽ വിദ്യാഭ്യാസം ചെയ്തുകൊണ്ടിരുന്ന കാലഘട്ടം. പഠനം പൂർത്തിയാക്കിയ ശ്രീകൃഷ്ണനനും ബലരാമനും ഗുരുവായ സാന്ദീപനി മഹർഷിയോട് എന്താണ് ഗുരുദക്ഷിണ നൽകേണ്ടതെന്ന് ചോദിച്ചു. പണ്ട് പ്രഭാസതീർത്ഥത്തിൽ കുളിച്ചുകൊണ്ടിരിക്കുമ്പോൾ തന്റെ മകൻ മുങ്ങി മരിച്ചെന്നും അവനെ തിരികെ നൽകിയാൽ അതാവും ഏറ്റവും വലിയ ഗുരുദക്ഷിണയെന്നും സാന്ദീപനി പറഞ്ഞു. സമുദ്രതീരത്തെത്തി വരുണനെ ധ്യാനിച്ചു, രാമകൃഷ്ണന്മാർ. പഞ്ചജൻ എന്ന ഒരു അസുരൻ ശംഖിന്റെ രൂപത്തിൽ വസിക്കുന്നുണ്ടെന്നും അവനാണ് ഗുരുപുത്രനെ വധിച്ചതെന്നും വരുണൻ മൊഴി നൽകി. ശ്രീകൃഷ്ണൻ സമുദ്രത്തിനടിയിലുള്ള പഞ്ചജനനെ വധിച്ചു. എന്നാൽ ശംഖിന്റെ ഉള്ളിൽ ഗുരുപുത്രനില്ല. ആ ശംഖു എടുത്തു ശ്രീകൃഷ്ണൻ ഊതിക്കൊണ്ടു കാലപുരിയിൽ ചെന്നു. ശംഖു വിളികേട്ടു യമധർമൻ കാലപുരിയിൽനിന്ന് ഇറങ്ങി വന്നു. സാന്ദീപനിയുടെ മകനെ തിരിച്ചു കൊടുത്തു. രാമകൃഷ്ണന്മാർ കുട്ടിയെ ഗുരുവിനു തിരിച്ചു നൽകി പാഞ്ചജന്യം മുഴക്കി യാത്രയായി. അന്നുമുതൽ ശ്രീകൃഷ്ണന്റെ ശംഖായി മാറി പാഞ്ചജന്യം.

ആ പാഞ്ചജന്യമാണ് മഹാഭാരത യുദ്ധത്തിലെ ധർമ്മപക്ഷത്തിന്റെ നാദമായി മുഴങ്ങിയപ്പോൾ സഞ്ജയനെപോലെ തന്നെ മറ്റെല്ലാവരും ഏറെ സന്തോഷിച്ചതും. പാഞ്ചജന്യത്തിന്റെ മുഴക്കത്തിൽ സൂര്യൻ ഉദിച്ചുയരുമ്പോൾ നക്ഷത്രങ്ങൾ നിഷ്പ്രഭമാകുന്നതുപോലെ കൗരവസേനയുടെ വാദ്യവൃന്ദങ്ങളുണ്ടാക്കിയ ശബ്ദകോലാഹലം മുങ്ങിയൊലിച്ചു പോയി. അപ്പോഴാണ് അർജുനൻ തന്റെ ദേവദത്തം എന്ന ശംഖം ഉച്ചത്തിൽ ഊതിയത്.

മയൻ അർജുനന് നൽകിയതാണ് ദേവദത്തം എന്ന ദിവ്യമായ ശംഖം. പാണ്ഡവന്മാർക്കുവേണ്ടി ഇന്ദ്രപ്രസ്ഥത്തിൽ പുതിയ സഭാമന്ദിരം പണികഴിച്ചപ്പോൾ ശില്പിയായ മയൻ മൈനാകപർവ്വതത്തിലെ ബിന്ദുസരസ്സിൽനിന്നും കൊണ്ടുവന്നു അർജുനന് സമ്മാനിച്ചതാണ് ദേവദത്തം. ദിവ്യങ്ങളായ പാഞ്ചജന്യവും ദേവദത്തവും ഒന്നിച്ചു മുഴങ്ങിയപ്പോൾ ഭൂഗോളം പല കഷണങ്ങളായി ചിതറി

ത്തെറിക്കുമെന്നതുപോലെ തോന്നിച്ചു. അപ്പോൾ തന്നെ ഈ പ്രപഞ്ചം മുഴുവൻ തകർത്തു തരിപ്പണ മാക്കാനുള്ള ക്രോധത്തോടെ ഭീമൻ പൗണ്ഡ്രം എന്ന മഹത്തായ ശംഖു മുഴക്കി. ലോകാവസാനത്തിൽ കാർമേഘങ്ങൾ ഉണ്ടാക്കുന്ന ഇടിമുഴക്കം പോലെ ഭയങ്കരമായ ശബ്ദമായിരുന്നു പൗണ്ഡ്രത്തിന്റേത്. അപ്പോൾ യുധിഷ്ഠിരൻ തന്റെ അനന്തവിജയവും, നകുലൻ സുഘോഷവും സഹദേവൻ മണിപുഷ്പകവും മുഴക്കി ശംഖനാദങ്ങളുടെ സമന്വയത്താൽ പതിന്നാലു ലോകങ്ങളും പ്രകമ്പനം കൊണ്ടു. ഇനി യുദ്ധം മാത്രം. പതിനെട്ടു അക്ഷൗഹണി യുദ്ധലഹരിയിൽ തിമർത്താടുകയാണ്.

നുറുങ്ങ്:

ശ്രീകൃഷ്ണൻ വധിച്ച പഞ്ചജനൻ എന്ന അസുരനെ തന്നെ അദ്ദേഹത്തിന്റെ ദിവ്യമായ ശംഖായി കൊണ്ടുനടന്നു മാതൃക കാണിച്ചു. ശത്രുവിനെ മിത്രമായി മാറ്റുന്ന വിദ്യയാണ് പാഞ്ചജന്യം നൽകുന്ന സന്ദേശം. ക്രിസ്തുദേവനെ കുരിശിലേറ്റിയ അതേ കുരിശാണല്ലോ പിന്നീട് ക്രിസ്ത്യാനികളുടെ ആരാധന അടയാളമാകുന്നത്.

ശ്ലോകം പതിനേഴ്, പതിനെട്ട്

കാശ്യശ്ച പരമേഷ്വാസഃ
ശിഖണ്ഡീ ച മഹാരഥഃ
ധൃഷ്ടദ്യുമ്നോ വിരാടശ്ച
സാത്യകിശ്ചാപരാജിതഃ

ദ്രുപദോ ദ്രൗപദേയാശ്ച
സർവശഃ പൃഥിവീപതേ
സൗഭദ്രശ്ച മഹാബാഹുഃ
ശംഖാൻ ദധ്മുഃ പൃഥക് പൃഥക്

മഹാ വില്ലാളിയായ കാശിരാജാവും മഹാരഥനായ ശിഖണ്ഡിയും ധൃഷ്ടദ്യുമ്നനും വിരാടനും തോൽവി പറ്റാത്ത സാത്യകിയും ദ്രുപദനും ദ്രൗപദീപുത്രന്മാരും മഹാബാഹുവായ അഭിമന്യുവും ഹേ ധൃതരാഷ്ട്ര രാജാവേ എല്ലായിടത്തുനിന്നും വെവ്വേറെ ശംഖുകൾ മുഴക്കി.

ലേഖക ചിന്ത:

അവിടെ കൂടിയിരുന്ന പാണ്ഡവപക്ഷത്തെ രാജാക്കന്മാരായ ദ്രുപദൻ, ദ്രൗപദീപുത്രന്മാരായ പ്രതിവിന്ധ്യൻ, സുതസോമൻ, ശ്രുതകീർത്തി, ശതാനീകൻ, ശ്രുതകർമ്മാവ് എന്നിവരും, വില്ലാളി വീര്യവാനായ കാശിരാജാവ്, മഹാരഥനായ ശിഖണ്ഡി പരാക്രമശാലിയായ അഭിമന്യു, തോൽവി അറിയാത്ത സാത്യകി, വിരാട രാജകുമാരൻ, ധൃഷ്ടദ്യുമ്നൻ തുടങ്ങിയവരും മറ്റു സേനാനായകരും അവരവരുടെ ശംഖങ്ങൾ മുഴക്കി. കർണ്ണകഠോരമായ ശംഖനാദം കേട്ട്, തങ്ങൾ വഹിച്ചിരുന്ന ഭൂമിയുടെ ഭാരം വലിച്ചെറിയുന്നതിനു ആദിശേഷനും കൂർമ്മവും ആലോചിച്ചു. മൂന്നു ലോകങ്ങളും

ആന്ദോളനം ചെയ്യാൻ തുടങ്ങി. മഹാമേരുവും മന്ദര പർവതവും ചാഞ്ചാടാൻ ആരംഭിച്ചു. സമുദ്രജലം കൈലാസത്തോളം ഉയർന്നു. ഭൂമി തകിടം മറിയുമെന്നും ദേവന്മാർക്കുവരെ രക്ഷയില്ലാതായി തീരുമെന്നുള്ള ആശങ്ക സത്യലോകത്തിലാകെ പരന്നു. സൂര്യൻ പകലിൽ നിശ്ചലനായി നിന്നുപോയി. ഇത് ലോകാവസാനത്തിന്റെ സൂചനയാണെന്ന് കരുതി മൂന്നു ലോകത്തിലുമുള്ളവർ വേവലാതിപ്പെട്ടു.

ഭഗവാൻ കൃഷ്ണൻ ഇതെല്ലാം മന്ദസ്മേരത്തോടെ നിരീക്ഷിക്കുകയായിരുന്നു .അധികാരവും അധീശത്വവും മനുഷ്യന്റെ സമനില തെറ്റിക്കുന്നു .

പരസ്പരം സ്നേഹിക്കാൻ പഠിക്കാത്ത മനുഷ്യൻ വേണ്ടാത്തത് എല്ലാം പഠിക്കുന്നു,പഠിപ്പിക്കുന്നു. നശിപ്പിക്കാനുള്ള ആയുധങ്ങളെ കുറിച്ചാണ് അവന്റെ ചിന്ത എപ്പോഴും. പുതിയ പുതിയ ആയുധ നിർമ്മാണത്തെക്കുറിച്ചു അവൻ സ്വപ്നം കാണുന്നു. പിന്നീട് അവൻ സ്വപ്നം കണ്ട ആയുധങ്ങൾ നിർമ്മിക്കുന്നു. നശിപ്പിക്കാനുള്ള കണ്ടുപിടുത്തങ്ങളാണ് അവന്റെ മനസ്സിനെ മുന്നോട്ടു നയിക്കുന്നത്. അധികാരവും ആയുധവും മനുഷ്യന്റെ രണ്ടു കണ്ണുകളായി മാറിയിരിക്കുന്നു. പ്രപഞ്ചത്തിലുള്ള മറ്റു ജീവജാലങ്ങളെല്ലാം കണ്ണുകൾ കേവലം കാണാൻ വേണ്ടി മാത്രമുപയോഗിക്കുമ്പോൾ മനുഷ്യൻ ആ കണ്ണുകൾ കൊണ്ട് ഭൂമി കത്തിയെരിയുന്നതു കാണാൻ വേണ്ടി യുദ്ധത്തെക്കുറിച്ചു മാത്രം ചിന്തിക്കുന്നു. മനുഷ്യൻ എന്നും ആദ്യം ഉച്ചരിക്കുക യുദ്ധത്തെക്കുറിച്ചാണ്. സമാധാനം എന്ന വാക്കു രണ്ടാമതെ അവന്റെ മനസ്സിൽ വരികയുള്ളു. പിറക്കുമ്പോൾ കരഞ്ഞുകൊണ്ട് ഭൂമുഖത്തു വരുന്ന ഓരോ മനുഷ്യനും മറ്റുള്ളവരെയും കരയിക്കാനാണ് യത്നിക്കുന്നത്.

പാണ്ഡവരുടെ ശംഖനാദം കേട്ട് ഭയന്ന ഭൂലോകത്തെ ശാന്തഭാവത്തിലേക്കു എത്തിക്കാൻ ഭഗവാൻ ശ്രീകൃഷ്ണൻ എല്ലാശബ്ദത്തെയും തന്നിലേക്ക് ആവാഹിച്ചു. ലോകം നിശ്ചലം. കൊടുങ്കാറ്റിന് മുമ്പുള്ള നിശ്ചലത.

നുറുങ്ങ്

പതിനെട്ടാം ശ്ളോകത്തിലാണ് മഹാഭാരതയുദ്ധം ആരംഭിച്ചതെന്നു പറയാം. പതിനെട്ട് എന്ന അക്കം ഭാരതീയരുടെ നിർണായക സംഖ്യയാണ്. മഹാഭാരതയുദ്ധത്തിൽ അണിനിരക്കുന്ന പാണ്ഡവ

സേനാ നായകർ പതിനെട്ട്... ശ്രീകൃഷ്ണൻ, യുധിഷ്ഠിരൻ, ഭീമൻ, അർജുനൻ, നകുലൻ, സഹദേവൻ, കൂടാതെ പാണ്ഡവ മക്കൾ അഞ്ച് പേർ, കാശിരാജാവ്, ശിഖണ്ഡി, ധൃഷ്ടദ്യുമ്നൻ, വിരാടൻ, ദ്രുപദൻ, അഭിമന്യു, സാത്യകി.. പതിനെട്ട് മാന്ത്രിക സംഖ്യ.. മഹാഭാരതം = പതിനെട്ട്. അതുകൊണ്ടാവാം ഭാരതത്തിലെ വോട്ടവകാശം ഇരുപത്തിയൊന്നാം വയസ്സിൽ നിന്നും പതിനെട്ടാം വയസ്സിലാക്കിയത്. കാരണം ജനാധിപത്യ യുദ്ധത്തിൽ പതിനെട്ട് ഭാഗ്യ നമ്പർ ആകുന്നു

ശ്ലോകം പത്തൊമ്പത്, ഇരുപത്

സ ഘോഷോ ധാർത്ത രാഷ്ട്രാണാം
ഹൃദയാനി വ്യദാരയത്
നഭശ്ച പൃഥിവീം ചൈവ
തുമുലോ വ്യനു നാദയൻ
അഥ വ്യവസ്ഥിതാൻ ദൃഷ്ട്വാ
ധാർത്തരാഷ്ട്രാൻ കപിധ്വജഃ
പ്രവൃത്തേ ശസ്ത്ര സംപാതെ
ധനുരുദ്യമ്യ പാണ്ഡവഃ
ഹൃഷീകേശം തദാവാക്യ
മിദമാഹ മഹീപതേ

ആ ഭീഷണ ഘോഷം ആകാശത്തെയും ഭൂമിയെയും മാറ്റൊലിക്കൊള്ളിച്ചുകൊണ്ട് ദുര്യോധനാദികളുടെ ഹൃദയങ്ങളെ പിളർന്നു.

ഹേ രാജാവേ അനന്തരം ഹനുമാനാകുന്ന കൊടിയടയാളത്തോടുകൂടിയ അർജുനൻ യുദ്ധോക്തരായ ദുര്യോധനാദികളെ കണ്ടിട്ട് ആയുധം പ്രയോഗിക്കേണ്ട സമയമായപ്പോൾ വില്ലുയർത്തിപ്പിടിച്ചു അപ്പോൾ ശ്രീകൃഷ്ണനോട് ഇങ്ങനെ പറഞ്ഞു.

ലേഖക ചിന്ത:

പാണ്ഡവരുടെ ശംഖനാദം കൗരവസേനയിൽ പരാജയത്തിന്റെ ഭീതി നെരിപ്പോടിൽ കനൽ പോലെ എരിയാൻ തുടങ്ങി. ഒരു സിംഹം ഒരുപറ്റം ആനകളെ ചീന്തിക്കീറുന്നതു പോലെ ശംഖങ്ങളുടെ ഘോരനാദം കൗരവഹൃദയങ്ങളെ പിളർന്നു. കൗരവരുടെ ധൈര്യം കാറ്റേറ്റ പുൽക്കൊടിത്തണ്ടുപോലെ ഇളകിയാടിക്കൊണ്ടിരുന്നു. വളരെ കരുതിയും സൂക്ഷിച്ചും ഇരിക്കണമെന്ന് അവർ പരസ്

പരം മുന്നറിയിപ്പ് നൽകി.ഒരു ശംഖു വിളിയിൽ പതറിപ്പോയ കൗരവസൈന്യത്തിന്റെ അവസ്ഥ യഥാർത്ഥ യുദ്ധം ആരംഭിക്കുമ്പോൾ എന്തായിരിക്കും. കൗരവരുടെ മുഖമാകെ ഇരുണ്ടു തുടങ്ങിയിരിക്കുന്നു. പാണ്ഡവർ ആത്മവിശ്വാസത്തിന്റെ ഹൈമവതശിഖരത്തിലാണെങ്കിൽ കൗരവർ ഭീതിയുടെ മഹാഗർത്തത്തിലാണ്.

ഹനുമാന്റെ കൊടിയടയാളത്തോടെയുള്ള തേരിൽ അർജുനൻ യുദ്ധമുഖത്തു നിൽക്കുകയാണ്. ഇത് ധർമയുദ്ധമാണ്. ധർമയുദ്ധങ്ങളിൽ പങ്കെടുക്കുന്ന വീരയോദ്ധാക്കൾക്കു വെവ്വേറെ കൊടിയടയാളങ്ങളുണ്ടാകും.തേരിനു മുകളിൽ പാറിക്കളിക്കുന്ന കൊടിയിലെ അടയാളം നോക്കി യോദ്ധാവിനെ തിരിച്ചറിയാം. അക്കാലത്തെ യുദ്ധനിയമം പ്രഖ്യാതമാണ്. തുല്യ ബലവാന്മാർ തമ്മിലേ പൊരുതാൻ പാടുള്ളു. ഗദായുദ്ധത്തിൽ പ്രാവീണ്യം നേടിയവർ അസ്ത്രാഭ്യാസിയുമായി ഏറ്റുമുട്ടാൻ പാടില്ല. ആയുധം നഷ്ടപ്പെട്ടവനോട് യുദ്ധം ചെയ്യാൻ പാടില്ല. എല്ലാ മുറകളും എല്ലാ നിയമങ്ങളും പാലിച്ചുകൊണ്ടുള്ള യുദ്ധം, അതാണ് ധർമയുദ്ധം. സാധാരണ ഭടനും മഹാരഥനും തമ്മിൽ പൊരുതാൻ പാടില്ല. കൊടിയടയാളം പ്രതിയോഗികളെ തിരിച്ചറിയാനുള്ള ഒരു ദൃശ്യബിംബമായി വർത്തിച്ചു.

സഞ്ജയൻ അർജ്ജുനന്റെ പഴയ ഓർമ്മകൾ നിഴൽ പരത്തി. ലോകത്തു ആദ്യമായി ജനനോത്സവം ആഘോഷിച്ചത് അർജുനൻ ജനിക്കുന്ന വേളയിൽ മാത്രമാണ്. ജന്മദിനം അഥവാ ജയന്തി ആഘോഷിക്കാറുണ്ട്. എന്നാൽ ആദ്യമായി ജനനോത്സവം അർജുനന്റെ പിറവിക്കുമുന്നെ ആഘോഷിച്ചത് എങ്ങനെ മറക്കാനാണ്. അർജുനൻ പിറന്നു വീണപ്പോൾ ഒരു അശരീരി ഉണ്ടായി. 'അല്ലയോ കുന്തി നിന്റെ പുത്രൻ ശിവതുല്യ പരാക്രമിയും ഇന്ദ്രനെപോലെ അജയ്യനും ആവും. ഇവന്റെ ഭുജവീര്യം കൊണ്ട് അഗ്നിദേവൻ ഖാണ്ഡവ വനത്തെ ആഹാരമാക്കും. സകല രാജാക്കന്മാരെയും ജയിച്ച ശേഷം മൂന്ന് പ്രാവശ്യം അശ്വമേധവും നടത്തും. ശിവനെ പ്രസാദിപ്പിച്ചു പാശുപതാസ്ത്രം വാങ്ങും'. ഈ വാക്കുകൾ കേട്ട് ദേവന്മാർ വാദ്യങ്ങൾ മുഴക്കി.

ആകാശത്തുനിന്നും പുഷ്പവർഷമുണ്ടായി. സപ്തർഷിമാരും പ്രജാപതികളും മറ്റുമുനിമാരും പുഷ്പവൃഷ്ടിയിൽ പങ്കുചേർന്നു. ദേവസ്ത്രീകൾ അതുവരെ ചെയ്യാത്ത നൃത്തം ചെയ്തു. ഭൂമിയി

ലെ സർവ്വചരാചരങ്ങളും അർജ്ജുനന്റെ ജനനോത്സവം സ്വന്തം പുത്രന്റെ ജനനം പോലെ ആഘോഷിച്ചു.

പാണ്ഡവപക്ഷത്തേക്കു നോക്കി സഞ്ജയൻ മനസാ മന്ത്രിച്ചു. രണ്ടു കൃഷ്ണന്മാരാണ് പാണ്ഡവരെ നയിക്കുന്നത് . ഒന്ന് സാക്ഷാൽ ശ്രീകൃഷ്ണഭഗവാൻ. മറ്റൊന്ന് നാമകരണസമയത്തു പിതാവായ പാണ്ഡു വിളിച്ച പേര് വില്ലാളി വീരനായ കൃഷ്ണൻ എന്നായിരുന്നു. ശതശൃംഗ നിവാസികളായ മുനിമാരാണ് പാണ്ഡുവിന്റെ മൂന്നാമത്തെ പുത്രനായ അർജ്ജുനന്റെ, കൃഷ്ണൻ എന്ന പേര് മാറ്റി അർജ്ജുനൻ എന്ന് വിളിച്ചത്.

പിന്നെ അർജ്ജുനൻ കൊടിയടയാളമാക്കിയിരിക്കുന്ന ഹനുമാൻ. അന്ന് ഭഗവാൻ ശ്രീരാമചന്ദ്രന്റെ ശക്തിയായിരുന്നു ഹനുമാൻ. ഇപ്പോൾ ശ്രീകൃഷ്ണന്റെ ആത്മസുഹൃത്ത് അർജ്ജുനനും. സഞ്ജയൻ ആ കഥ ഓർത്തു. ദേശാടനത്തിനു പോയ അർജ്ജുനൻ രാമേശ്വരം ചിറ കണ്ടതും വിസ്മയചിത്തനായി നിന്നുപോയതും.. അപ്പോൾ അർജ്ജുനന് ഇത്തിരി പുച്ഛം തോന്നി, ശ്രീരാമചന്ദ്രനോട്. സേതുബന്ധനം എന്ന ഈ മഹാനിർമ്മിതിക്കുവേണ്ടി കുരങ്ങന്മാരെ ഏൽപ്പിച്ചത് നന്നായില്ല. ശ്രീരാമചന്ദ്രന് അസ്ത്രങ്ങൾ എയ്തു ശരസേതു നിർമ്മിക്കാമായിരുന്നല്ലോ. സംശയ നിവൃത്തിക്കായി ഒരു വാനരബാലനെ അർജ്ജുനൻ സമീപിച്ചു. ആ വാനര ബാലൻ പറഞ്ഞു, 'ശ്രീരാമൻ ശരസേതു നിർമ്മിച്ചിരുന്നെങ്കിൽ വാനരന്മാർ കയറുമ്പോൾ അത് ഒടിഞ്ഞു പോകുമായിരുന്നു'. അതുകേട്ടു പരമപുച്ഛത്തോടെ അർജ്ജുനൻ പറഞ്ഞു .'ഛേ, രാമന്റെ ശരസേതു ഒടിക്കുവാൻ ഒരു കുരങ്ങനും സാധ്യമല്ല. ഞാൻ നിർമ്മിക്കുന്ന ശരസേതു പോലും ഒരു കുരങ്ങനും ഒടിക്കുവാൻ കഴിയില്ല എന്നിട്ടാണോ ശ്രീരാമന്റെ ശരം'. വാനര ബാലനും അർജ്ജുനനും തമ്മിൽ തർക്കമായി. അത് ഒരു പന്തയത്തിൽ കലാശിച്ചു. അർജ്ജുനന്റെ ശരസേതു കുരങ്ങു ഒടിക്കുന്ന പക്ഷം അദ്ദേഹം അഗ്നിയിൽ ചാടി ജീവത്യാഗം ചെയ്തുകൊള്ളാമെന്നും അല്ലാത്ത പക്ഷം വാനരബാലൻ എന്നും അദ്ദേഹത്തിന്റെ ദാസൻ ആയിക്കൊള്ളാമെന്നും ആയിരുന്നു പന്തയം.

അർജ്ജുനൻ ശരസേതു നിർമിച്ചു. കുരങ്ങൻ അതിൽ ചാടി നിന്നു. ശരസേതു ഒടിഞ്ഞുകുത്തി വീണു. അർജ്ജുനൻ വീണ്ടും വീണ്ടും നിർമിച്ചു. കുരങ്ങൻ ചാടിയിരിക്കുമ്പോൾ ഒടിഞ്ഞുപോകുന്നു. പന്തയത്തിൽ തോറ്റ അർജ്ജുനൻ അഗ്നികുണ്ഡത്തിൽ ചാടി വാക്കു പാ

ലിക്കാൻ തീരുമാനിച്ചു. മരിക്കുന്നതിനുമുൻപ് സേതുവിൽ കുളി ക്കാനിറങ്ങി. അപ്പോൾ അവിടെ ഒരു ബ്രാഹ്മണബാലൻ വന്നു കാര്യം തിരക്കി. ആ ബാലൻ പറഞ്ഞു. 'മധ്യസ്ഥനില്ലാത്ത പന്തയം അസാധുവാണ്'. എന്നിട്ടും അർജുനൻ തന്റെ സത്യപ്രതിജ്ഞയിൽ നിന്നും പിന്തിരിയാതെ അഗ്നിപ്രവേശത്തിനു മുതിർന്നു. ബ്രാഹ്മണ ബാലൻ പറഞ്ഞു. 'നിർബന്ധമാണെങ്കിൽ എന്നെ മധ്യസ്ഥനാക്കി വീണ്ടു മത്സരം നടത്താം. മത്സരത്തിൽ നിങ്ങൾ തോറ്റാൽ അഗ്നി യിൽ ചാടിക്കോളൂ'. ഇപ്രാവശ്യം മത്സരത്തിൽ അർജുനൻ ജയി ച്ചു. വാനരബാലൻ പരാജിതനായി. തന്റെ യഥാർത്ഥരൂപത്തിൽ ഹനുമാനായി മാറി ബ്രാഹ്മണബാലന്റെ മുൻപിൽ സാഷ്ടാംഗം നമ സ്കരിച്ചു.

ആ ബ്രാഹ്മണ ബാലൻ സാക്ഷാൽ ശ്രീകൃഷ്ണഭഗവാനായിരു ന്നു. രണ്ടുപേരുടെയും അഹങ്കാരം ബോധ്യപ്പെടുത്തിയ ശേഷം ഉപദേശങ്ങൾ നൽകി ഭഗവാൻ അനുഗ്രഹിച്ചു. ഹനുമാന് പ്രത്യേക നിർദ്ദേശം നൽകി. അർജുനന്റെ കൊടിയടയാളമായി നിന്നു സ ത്യത്തെ പരിപാലിക്കാൻ. അതിനുള്ള അവസരം ഇതാ സമാഗത മായിരിക്കുന്നു.

ശ്രീകൃഷ്ണനും അർജുനനും കൂടെ ഹനുമാനും ചേർന്നാൽ യുദ്ധത്തിൽ ആര് വിജയിക്കും എന്ന ചോദ്യത്തിന് ഉത്തരം നൽ കാനുള്ള പുറപ്പാടിലാണ് കൗരവർ. യുദ്ധം മരിക്കാനുള്ളവർക്കു വേണ്ടിയുള്ള ഒരു ഒത്തുചേരൽ മാത്രം.

നുറുങ്ങ്

സേതുബന്ധനം അഥവാ രാമസേതു എന്ന പാലം പണി പണി യാൻ പ്രകൃതി നിർമിത വസ്തുക്കൾ മാത്രമാണ് ഉപയോഗിച്ചത്. ശരസേതു പോരേ എന്ന അർജ്ജുനന്റെ പ്രായോഗിക ചിന്ത ബാലി ശമാണ്. കടലിന്റെ ഉപ്പേറ്റ് കല്ല് പോലും ദ്രവിച്ചു പോകും. പിന്നെ യാണോ ഇരുമ്പ് കൊണ്ടുള്ള അസ്ത്രങ്ങൾ.

ശ്ലോകം ഇരുപത്തി ഒന്ന്, ഇരുപത്തി രണ്ട്, ഇരുപത്തി മൂന്ന്

അർജ്ജുന ഉവാച:

സേനയോരുഭയോർമധ്യേ
രഥം സ്ഥാപയമേച്യുത

യാവദേതാൻനിരീക്ഷേഹം
യോദ്ധുകാമാനവസ്ഥിതാൻ
കൈർമയാ സഹയോദ്ധവ്യം
അസ്മിൻ രണസമുദ്യമേ.

യോത്സ്യമാനാനവേക്ഷേഹം
യഏതേത്രസമാഗതാഃ
ധാർത്തരാഷ്ട്രസ്യ ദുർബുദ്ധേഃ
യുദ്ധേ പ്രിയചികീർഷവഃ

അർജ്ജുനൻ പറഞ്ഞു:

'ഹേകൃഷ്ണാ ഇരു സേനകളുടേയും മധ്യത്തിലായി എന്റെ തേര് നിർത്തിയാലും. യുദ്ധത്തിൽ ദുർബുദ്ധിയായ ദുര്യോധനന്ന് പ്രിയം ചെയ്യാനിച്ഛിക്കുന്നവരായി ആരൊക്കെയാണോ ഇവിടെ വന്നിരിക്കുന്നത്. യുദ്ധം ചെയ്യാൻ പോകുന്ന അവരെ എവിടെ നിന്നാൽ ഞാൻ കാണുമോ. ഈ യുധോദ്യമത്തിൽ ആരോടൊക്കെ ഞാൻ യുദ്ധം ചെയ്യണം. പട വെട്ടാൻ വന്നു നിൽക്കുന്ന ഇവരെ എവിടെ നിന്നാൽ ഞാൻ കാണുമോ, ആ വിധത്തിൽ ഇരുസേനകളുടെയും മധ്യത്തിലായി എന്റെ തേര് നിർത്തിയാലും'.

ലേഖക ചിന്ത:

യുദ്ധത്തിൽ തനിക്കു എതിരിടേണ്ട യോദ്ധാക്കൾ ആരൊക്കെയെന്ന് നോക്കിക്കാണാൻ പറ്റിയ വിധം ഇരുസൈന്യങ്ങളുടെയും ഇടയിൽ തന്റെ രഥം കൊണ്ടുചെന്നു നിർത്താൻ സാരഥിയായ ശ്രീകൃഷ്ണനോട് അർജുനൻ ആവശ്യപ്പെടുന്ന അപൂർവമായ ഒരു രംഗമാണ് സഞ്ജയൻ ദൃശ്യവൽക്കരിക്കുന്നത്. യുദ്ധം ചെയ്യാൻ വന്നവരെ മുഴുവനായി കാണട്ടെ. എല്ലാ കുടിലതകളുടെയും പെരുംതച്ചനായ ദുര്യോധനന്റെ പക്ഷം ചേർന്ന് യുദ്ധം ചെയ്യാൻ വന്നവരെ, അധർമ്മത്തിന്റെ സന്തത സഹചാരികളെ നേരിട്ട് കാണണം. കൗരവർ യുദ്ധക്കൊതിയന്മാരും ചതിയന്മാരുമാണ്. അവർ ദുരാഗ്രഹികളാണ്.

യഥാർത്ഥത്തിൽ അർജ്ജുനന് അഥവാ പാണ്ഡവ പക്ഷത്തിനു ഒരു അമിതപ്രാധാന്യം നൽകുന്നതിനുള്ള ഒരു തന്ത്രമാണിതെന്നു വ്യക്തമാണ്. അർജുനനാണ് യുദ്ധത്തിലെ കേന്ദ്രബിന്ദു എന്ന് അർജുനനും കൃഷ്ണനും കൂടി മുൻകൂട്ടി എടുത്ത ഒരു തീരുമാനമെന്ന് വിചാരിച്ചാൽ ഒരുതെറ്റുമില്ല. കൗരവരുടെ യുദ്ധ ആർത്തിയാണ് യുദ്ധത്തിനുള്ള പ്രധാന കാരണമെന്ന് അർജുനൻ സ്വയം പ്രഖ്യാപിക്കുകയാണ് ചെയ്യുന്നത്. പൊരുതാനുറച്ച രണ്ട് സൈന്യങ്ങളുടെയും നടുവിൽ തേരുനിർത്തി കൗരവ പക്ഷ ക്കാരെ കാണണമെന്ന ആഗ്രഹം എന്തിനുള്ളതാണ്. തന്റെ പക്ഷം ധർമ്മപക്ഷവും എതിർപക്ഷം തിന്മ പക്ഷവും എന്ന് വളരെ കൃത്യമായി ബോധ്യപ്പെടുത്താനുള്ള യുദ്ധതന്ത്രമാണ് അർജുനൻ പ്രയോഗിച്ചിരിക്കുന്നത്. കൗരവപക്ഷത്തോട് പോരാടാൻ എണ്ണം കൊണ്ട് ചെറുതാണെങ്കിലും അർജ്ജുനപക്ഷം തയ്യാറാണ് എന്ന വ്യക്തമായ ബോധ്യപ്പെടുത്തലാണ് ഇരുസൈന്യത്തിന്റെ മധ്യത്തിൽ തേര് നിർത്തി ഒരു വിഹഗ വീക്ഷണത്തലപ്പുറം ഒരു വിശദവീക്ഷണം നടത്താൻ അർജുനൻ മുതിരുന്നത്. മാത്രമല്ല കൗരവർ നിരവധി തവണ പാണ്ഡവരെ ചതിയിൽ പെടുത്തി കൊല്ലാൻ ശ്രമിച്ച പൂർവകാല ചരിത്രവുമുണ്ട് .

അർജുനനന്റെ മനസ്സിൽ അരക്കില്ലത്തിലെ ചതിയിൽ നിന്നും രക്ഷപ്പെട്ട സംഭവം തികട്ടി വന്നു. കൗരവരും പാണ്ഡവരും ഹസ്തിനപുരിയിൽ ഒന്നിച്ചു കളിച്ചു രസിച്ചു വളരുമ്പോൾ ജനഹൃദയങ്ങളിൽ പാണ്ഡവർ പൊന്നോമനകളായപ്പോൾ കൗരവർ അവരുടെ തനിനിറം കാട്ടി. ഹസ്തിനപുരിയിലെ പ്രജകൾ പാണ്ഡവരിൽ അ

വരുടെ ഭാവി രാജാക്കന്മാരെ വിഭാവനം ചെയ്തു. ദുഷ്ടബുദ്ധികളുടെ കൂടെപ്പിറപ്പാണല്ലോ അസൂയയും ചതിയും. ദുര്യോധനൻ പാണ്ഡവരെ എങ്ങനെയെങ്കിലും നശിപ്പിക്കണമെന്ന് രഹസ്യമായി തീരുമാനിച്ചു. ധൃതരാഷ്ട്രരുടെ മൗനസമ്മതത്തോടെ വാരണാവതം എന്ന സ്ഥലത്തു ഒരു പുതിയ കൊട്ടാരം പണിതു. ആ കൊട്ടാരം അരക്കുകൊണ്ട് പണിതതിനാൽ അരക്കില്ലം എന്ന എന്ന പേരിൽ അറിയപ്പെട്ടു. ഇക്കാര്യം പാണ്ഡവർക്ക് വളരെ രഹസ്യമായി അറിയാമായിരുന്നു. ദുര്യോധനനും മന്ത്രിയായ പുരോചനനും കൂടി പാണ്ഡവന്മാരെ സ്നേഹപൂർവ്വം പുതിയ കൊട്ടാരത്തിലേക്ക് മാറ്റി താമസിപ്പിച്ചു. അവസരം ഒത്തുവരുമ്പോൾ അരക്കില്ലത്തിന് തീകൊളുത്തി പാണ്ഡവരെ വധിക്കാനായിരിന്നു ദുര്യോധനന്റെ രഹസ്യമായ തീരുമാനം. എന്നാൽ മഹാജ്ഞാനിയായ വിദുരർ ഇത് മുൻകൂട്ടിക്കണ്ട് ഖനകൻ എന്ന ദൂതൻ മുഖാന്തരം പാണ്ഡവരെ ചതിയുടെ പിന്നാമ്പുറം അറിയിച്ചു. പാണ്ഡവർ ചതി മനസിലാക്കി ഒരു ഗുഹാമാർഗം മുമ്പേ പണികഴിപ്പിച്ചിരിന്നു. അരക്കില്ലത്തിന് തീകൊളുത്തി കൊല്ലാൻ നിശ്ചയിച്ച ദിവസം പാണ്ഡവർ ഗുഹാമാർഗ്ഗത്തിലൂടെ രക്ഷപെട്ടു. മറ്റൊരു ക്രൂരത അരക്കില്ലത്തിന് തീപിടിച്ചപ്പോൾ നടമാടി. ഒരു നിഷാദിയും അഞ്ച് പുത്രന്മാരും അരക്കില്ലത്തിൽ അന്ന് രാത്രി താമസിച്ചിരുന്നു. അവർ മദ്യത്തിന്റെ ലഹരിയിൽ ഉറങ്ങിപ്പോയിരുന്നു. പുരോചനനും നിഷാദിയും അഞ്ച് പുത്രന്മാരുമടക്കം ഏഴുപേർ അരക്കില്ലത്തിൽ വെന്തുമരിച്ചു. അരക്കില്ലം അർജുനനന്റെ മനസ്സിൽ ഉമിത്തീപോലെ ഇപ്പോഴും എരിയുന്നുണ്ടായിരുന്നു. ചതിയുടെ രാജാവായിരുന്നു എന്നും ദുര്യോധനൻ. അതുകൊണ്ടുതന്നെ അർജുനനന്റെ മനസ് ചതിയെ നേരിടാനുള്ള തയ്യാറെടുപ്പിന് പാകമാകുകയായിരുന്നു. അരക്കില്ലത്തിലെ ചതിക്ക് ചതിചെയ്ത അർജ്ജുനന്റെ മനസ് ഒന്ന് പതറിയോ.. ധർമ യുദ്ധത്തിൽ ഇത്തരം ദുരനുഭവങ്ങൾ ഉണ്ടാവാതിരുന്നെങ്കിൽ...

നുറുങ്ങ്

അരക്ക് കൊണ്ട് ഒരു കൊട്ടാരം. അരക്കില്ലം. ചതിയുടെ ആദ്യ നിർമിതി. മഹാഭാരതകഥയുടെ ക്ളൈമാക്സ്. ചതിയന്മാരായ കൗരവരിൽ നിന്നും രക്ഷപ്പെടാൻ ഒരമ്മയേയും അഞ്ച് മക്കളേയും ബലിയാടാക്കി രക്ഷപ്പെട്ട പാണ്ഡവരുടെ ധർമബോധം ധർമപുത്രർ പോലും കാണാത്തതെന്തേ..!

ശ്ലോകം ഇരുപത്തിനാല്, ഇരുപത്തിയഞ്ച്

സഞ്ജയ ഉവാച:

ഏവമുക്തോ ഹൃഷീകേശോ
ഗുഡാകേശേന ഭാരത,
സേനയോരുഭയോർമദ്ധ്യേ
സ്ഥാപയിത്വാ രഥോത്തമം
ഭീഷ്മ ദ്രോണ പ്രമുഖതഃ
സർവേഷാം ച മഹീക്ഷിതാം
ഉവാച പാർത്ഥ, പശ്യൈതാൻ
സാമവേതാൻ കുരുനീതി

സഞ്ജയൻ പറഞ്ഞു.

ഹേ ധൃതരാഷ്ട്ര മഹാരാജാവേ അർജുനനാൽ ഇപ്രകാരം നിയുക്തനായ ശ്രീകൃഷ്ണൻ ഇരുസേനകളുടെയും ഇടയിൽ ഭീഷ്മദ്രോണാദികളുടെ മുൻപിൽ, എല്ലാ രാജാക്കന്മാരുടെയും മുമ്പിലായി ഉത്തമ രഥത്തെ നിറുത്തിയിട്ട്, ഹേ അർജുന ഒരുമിച്ചുകൂടിയിരിക്കുന്ന കൗരവരെകണ്ടാലും എന്ന് പറഞ്ഞു .

ലേഖക ചിന്ത:

സഞ്ജയൻ വളരെ കൃത്യമായ വിവരണം നൽകുകയാണ്. അർജുനൻ ശ്രീകൃഷ്ണനോട് ആവശ്യപ്പെട്ടു. പാണ്ഡവ സൈന്യത്തിന്റെയും കൗരവസൈന്യത്തിന്റെയും ഒത്ത മധ്യത്തിലായി തേര് നിർത്തുക. ഭീഷ്മരുടെയും ദ്രോണാചാര്യരുടെയും മുന്നിലെത്തുമ്പോൾ അവിടെ വേണം തേര് നിർത്തേണ്ടത്. അർജുനൻ ഭീഷ്മ ദ്രോണാദികളുടെയും, മറ്റു ബന്ധുജനങ്ങളുടെയും സുഹൃത്തുക്കളുടെയും

മുഖം നേർക്കുനേർ കണ്ടു. അപ്പോൾ ഭഗവാൻ കൃഷ്ണൻ ആദ്യമായി യുദ്ധക്കളത്തിൽ വെച്ച് പറഞ്ഞ വാക്കുകൾ. 'ഹേ പാർഥ ഒരുമിച്ചു കൂടി നിൽക്കുന്ന കൗരവന്മാരെ ഇതാ കണ്ടാലും'. ഒരുമിച്ചു കൂടി നിൽക്കുന്ന കൗരവന്മാർ.. ഈ വാക്കുകൾ കേട്ടപ്പോഴേക്കും പാർഥന്റെ കർണപുടങ്ങളിൽ ഒരു കാറ്റ് വീശിയതുപോലെ. ശ്രീകൃഷ്ണൻ കൗരവരുടെ ശക്തിയെ പ്രകീർത്തിക്കുകയല്ലേ ആ വാക്കുകളിലൂടെ. പാണ്ഡവരേക്കാളും ഒരുമയുണ്ട് കൗരവർക്കു എന്നാണോ കൃഷ്ണൻ സൂചിപ്പിച്ചിരിക്കുന്നത്? കൃഷ്ണൻ യുദ്ധക്കളത്തിൽ വെച്ച് ആദ്യം മൊഴിഞ്ഞ വാക്കുകൾ കൗരവരെ പ്രകീർത്തിച്ചു കൊണ്ടാണോ? ആത്മവിശ്വാസം പകരേണ്ട ആദ്യ വാക്കുകൾക്കുപകരം കൗരവരിലാണ് ഒരുമ എന്നും പാണ്ഡവരിൽ അഭിപ്രായ വ്യത്യാസമുണ്ടെന്ന് ഏറ്റവും അടുത്തയാളിൽ നിന്നും കേട്ടപ്പോൾ അർജുനൻ ശരിക്കും പതറിപ്പോയി. അർജുനൻ ഒരു സാധാരണ മനുഷ്യനെപ്പോലെ കൃഷ്ണന്റെ കണ്ണുകളിലേക്കു ദയനീയമായി നോക്കി. അർജുനൻ വെറും സാധാരണ മനുഷ്യനാകുന്നു. കൃഷ്ണൻ സാക്ഷാൽ ശ്രീകൃഷ്ണഭഗവാനായി മാറുന്നു. അർജുനൻ മണ്ണിലും ഭഗവാൻ വിണ്ണിലും. ശ്രീകൃഷ്ണൻ ഇവിടെ അർജുനൻ എന്നല്ല അഭിസംബോധന ചെയ്യുന്നത്. പാർത്ഥ എന്നാണ്. പൃഥയുടെ, അഥവാ കുന്തിയുടെ മകൻ എന്ന അർത്ഥത്തിൽ കൃഷ്ണൻ വിളിച്ചതാണോ. അർജുനനെ യുദ്ധക്കളത്തിൽ വെച്ച് വില്ലാളി വീരൻ എന്നല്ലേ വിളിക്കേണ്ടത്. അങ്ങനെയൊന്നും വിളിക്കാതെ പൃഥ്വിയുടെ മകൻ എന്ന് വിളിച്ചു. പൃഥ്വി എന്നാൽ മണ്ണ് എന്നർത്ഥം. മണ്ണിലേക്ക് മടങ്ങുന്നവൻ എന്ന് യുദ്ധം തുടങ്ങുന്നതിനു മുൻപേ വിളിക്കുക. അതും സ്വന്തം സാരഥി. അർജുനന് താൻ സ്വയം ചുരുങ്ങിപ്പോകുന്നതായി അനുഭവപ്പെട്ടു.

യഥാർത്ഥത്തിൽ അർജുനൻ നരനായി മാറി. കൃഷ്ണൻ നാരായണനും. നരനാരായണന്മാർ. ഓർമ്മകൾ പിറകോട്ടു പോകുകയാണ്. ധർമയുദ്ധം നയിക്കാൻ ഇവിടെയുള്ള നരനാരായണന്മാരായ അർജുനനും കൃഷ്ണനും പൂർവ്വജന്മത്തിൽ ധർമദേവന്റെ മക്കളായിരുന്നു. ഏകോദര സഹോദരങ്ങളായ ഇവർ രണ്ടുപേരും ഒരിക്കലും പിരിയാത്ത രണ്ടു വ്യക്തിത്വങ്ങളായി പൂർവ്വജന്മത്തിൽ കഴിഞ്ഞവരാണ്. അതുപോലും മറന്ന് കൗരവപ്പടയുടെ ഒരുമയെക്കുറിച്ച് പറയുന്നു.'ഹേ പാർഥ.. ഒരുമിച്ച് കൂടി നിൽക്കുന്ന കൗരവ

ന്മാരെ ഇതാ കണ്ടാലും'. ധർമ്മ യുദ്ധത്തിലെ കൃഷ്ണന്റെ വാക്കുകൾ അർജുനനന്റെ കർണപുടങ്ങളിൽ പെരുമ്പറ പോലെ മുഴങ്ങിക്കൊണ്ടിരുന്നു.

നുറുങ്ങ്:

പണ്ട് പാലാഴി മഥനം കഴിഞ്ഞപ്പോൾ ദേവന്മാരും അസുരന്മാരും തമ്മിൽ അമൃതിന്റെ കൈവശാവകാശത്തിനുവേണ്ടി ഘോരമായ യുദ്ധമുണ്ടായി. അന്ന് നരനും നാരായണനും ദേവപക്ഷത്ത് ചേർന്നു യുദ്ധം ചെയ്തു അസുരന്മാരെ തോൽപ്പിച്ചു. അന്നുമുതൽ അമൃതിന്റെ സൂക്ഷിപ്പുകാരൻ നരൻ ആണത്രേ. പോരാത്തതിന് നരൻ വെളുത്ത നിറമുള്ളവനും നാരായണൻ കറുത്ത നിറക്കാരനും. നരനെന്ന പകലും നാരായണൻ എന്ന രാത്രിയും ചേരുമ്പോഴാണ് ദിവസമുണ്ടാകുന്നത്.

ശ്ലോകം ഇരുപത്തിയാറ്, ഇരുപത്തിയേഴ്

തത്രാപശ്യത് സ്ഥിതാൻ പാർത്ഥഃ
പിതൄനാഥ പിതാമഹാൻ
ആചാര്യാൻ മാതുലാൻ ഭ്രാതൄൻ
പുത്രാൻ പൗത്രാൻ സഖീം സ്തഥാ
ശ്വശുരാൻ സുഹൃദശ്ചൈവ
സേനയോരുഭയോരപി
താൻസമീക്ഷ്യ സ കൗന്തേയഃ
സർവാൻ ബന്ധൂനവസ്ഥിതാൻ
കൃപയാ പരയാവിഷ്ടോ
വിഷീദന്നിദമബ്രവീത്

അനന്തരം അർജുനൻ അവിടെ ഇരുസേനകളിലുമുള്ള പിതാക്കന്മാരെയും, പിതാമഹന്മാരെയും, ആചാര്യന്മാരെയും, അമ്മാവന്മാരെയും, ഭ്രാതാക്കളെയും, പുത്രരെയും, പൗത്രന്മാരെയും, സഖികളെയും, അപ്രകാരം ഭാര്യാപിതാക്കന്മാരെയും, സുഹൃത്തുക്കളെയും കണ്ടു. ആ അർജുനൻ അവിടെ നിൽക്കുന്ന ആ ബന്ധുക്കളെയെല്ലാം കണ്ടിട്ട് വർധിച്ച കൃപയാൽ ആവിഷ്ടനായിട്ട് വിഷാദിച്ചുകൊണ്ട് ഇപ്രകാരം പറഞ്ഞു.

ലേഖക ചിന്ത:

അർജുനൻ ചുറ്റും കണ്ണോടിച്ചപ്പോൾ കാണുന്നത് ഒരു രാജ്യത്തിലെ മുഴുവൻ പിതാക്കന്മാരും യുദ്ധക്കളത്തിൽ ഇരു ചേരികളിലായി അണിനിരന്നിട്ടുള്ളതാണ്. മുത്തച്ഛന്മാരുണ്ട് വീറോടെ പൊരുതാൻ വേണ്ടി. ആചാര്യന്മാർ, അമ്മാവന്മാർ, സഹോദരന്മാർ, പു

ത്രന്മാർ, പൗത്രന്മാർ, ഭാര്യാപിതാക്കന്മാർ എല്ലാവരുമുണ്ട്. ആരും ഒഴിവായിട്ടില്ല. യുദ്ധം ചെയ്യാൻ എല്ലാവരും ആവേശത്തോടെ അണിനിരന്നിരിക്കുന്നു. യുദ്ധം അത്ര നല്ല കാര്യമാണോ.? എന്തൊരു ലോകമാണിത്. അർജുനൻ ഒന്നുകൂടി പരതിനോക്കി. അക്കൂട്ടത്തിൽ ഏറ്റവും വിഷമഘട്ടത്തിൽ താൻ സഹായിച്ചിട്ടുള്ളവരും, ചെറുപ്പക്കാരും മുതിർന്നവരുമായ തന്റെ ഉറ്റ ബന്ധുക്കളും എതിർപക്ഷത്തു പകയോടെ നിൽക്കുന്നു.

ഒരേ ഗോത്രത്തിലുള്ളവർ ഇരുഭാഗത്തും യുദ്ധം ചെയ്യുന്നതിന് തയ്യാറായി നിൽക്കുന്നത് കണ്ടപ്പോൾ അർജുനന്റെ മനസ്സ് കുഴഞ്ഞു മറിഞ്ഞു. ഹൃദയം വെന്തെരിയുന്നതു പോലെ. ഒന്നിച്ചു കളിച്ചു വളർന്നവർ തമ്മിൽ ഏറ്റുമുട്ടുന്നു. കുടുംബകലഹം ഹേതുവായി ബന്ധുക്കൾ തമ്മിലാണ് യുദ്ധം ചെയ്യാൻ വന്നിരിക്കുന്നത്. അധികാരത്തർക്കം, അതും കുടുംബങ്ങൾ തമ്മിൽ, ആ കുടുംബങ്ങൾക്ക് വേണ്ടി ജനം രണ്ടു ചേരികളിലായി മരിക്കാൻ വന്നിരിക്കുന്നു. കൗരവരിൽ നിന്ന് അധികാരം തിരിച്ചു പിടിക്കാൻ വേണ്ടി സാധാരണ ജനസമൂഹം എത്രമാത്രം ത്യാഗമാണ് സഹിക്കുന്നത്. അർജുനൻ ഇപ്രകാരം എവിടെയും പെരുമാറിയിട്ടില്ല, ചിന്തിച്ചിട്ടുമില്ല. അർജുനൻ ഒരു സാധാരണ സ്ത്രീയെപ്പോലെ നിലവിളിക്കാൻ തുടങ്ങുകയോ.! അതും യുദ്ധക്കളത്തിൽ വെച്ച്. എല്ലാവരോടും കൃപ തോന്നുന്നു പോലും. അരക്കില്ലത്തിൽ വെച്ച് അഞ്ചു നിഷാദ കുഞ്ഞുങ്ങളും കുന്തിയെപ്പോലെ തന്നെയുള്ള അമ്മയും വെന്തു മരിക്കുന്നതു കണ്ടപ്പോൾ എവിടെയായിരുന്നു കൃപ. മറ്റെല്ലാം മറക്കാം. കൃപയെക്കുറിച്ചു പറഞ്ഞു യുദ്ധഭൂമിയിൽ നിന്ന് പിന്തിരിഞ്ഞോടുന്നത് വീരന്മാർക്കു ചേർന്നതാണോ?. അർജുനനിൽ ഒരുതരം സ്വയം അവമതിപ്പു കടന്നുകൂടിയിരിക്കുകയാണ്. കുറേക്കാലമായി എല്ലാവരും വല്ലാതെ അർജുനനെ വാഴ്ത്തി വാഴ്ത്തി എന്തോ ഒരു വലിയ സംഭവമാണ് താനെന്ന ബോധം അദ്ദേഹത്തിന്റെ സമനില തെറ്റിച്ചിരിക്കുന്നു. അതുല്യനായ യോദ്ധാവാണ് താനെന്ന ഭാവവും യുദ്ധത്തിൽ വിജയം കൈവരിച്ചേ മതിയാവൂ എന്ന ഉൽക്കടചിന്തയും അയാളുടെ മനോനിലയെ ബാധിച്ചിരിക്കുന്നു.

അർജുനൻ വല്ലാതെ മാറിപ്പോയിരിക്കുന്നു. വീരോചിതമായ അവന്റെ നെഞ്ചുറപ്പും കരളുറപ്പും അവശ്യ സമയത്തു ഇല്ലാതായിരിക്കുന്നു. തീവ്രയാതനകൾ കൊണ്ട് ജിതേന്ദ്രനായ ഒരു യോഗി

വ്യാമോഹങ്ങളിൽ പെട്ടാൽ അദ്ദേഹത്തിന്റെ തപോബലം നഷ്ട പ്പെടും. മന്ത്രോച്ചാരണത്തിൽ തെറ്റുപറ്റുന്ന മന്ത്രവാദിയെ പിശാച് പീഡിപ്പിക്കുമെന്നു പറഞ്ഞു കേട്ടിട്ടുണ്ട്. അർജുനന്റെ സ്ഥിതി ഈ പറഞ്ഞത് പോലെയായി. യുദ്ധക്കളത്തിൽ വെച്ച് യോദ്ധാക്കൾക്കു വേണ്ടത് ആർദ്ര ഭാവമല്ല, മറിച്ചുപൗരുഷമാണ്. പൗരുഷമുള്ളവ നാണ് പുരുഷൻ. അതുകൊണ്ടാണ് യുദ്ധക്കളത്തിൽ പുരുഷന്മാർ മാത്രം. ആർദ്രത സ്ത്രീകൾക്കുള്ളതാണ്. അർജുനൻ സ്ത്രീകളെ പ്പോലെ യുദ്ധഭൂമിയിൽ ആർദ്രത സിദ്ധാന്തവുമായി വന്നാൽ ആർ ക്കാണ് അതിഷ്ടമാവുക. ചന്ദ്രരശ്മികൾ തട്ടുമ്പോൾ ജലം ചൊരി യുന്ന ചന്ദ്രകാന്തക്കല്ലിൽനിന്നെന്നപോലെ അർജുനന്റെ ഹൃദയ ത്തിൽ നിന്നും കനിവിന്റെ ജലബോധ കണങ്ങൾ കിനിയാൻ തുട ങ്ങി. അർജുനൻ യുദ്ധക്കളത്തെ ഒരു കാരുണ്യക്കടലായാണ് സങ്ക ല്പിച്ചിരിക്കുന്നത്.

നുറുങ്ങ്

നിർണായക മുഹൂർത്തത്തിൽ പിന്മാറുക. കല്യാണമണ്ഡപ ത്തിൽവെച്ച് താലികെട്ടിനുമുൻപ് ഈ വിവാഹം എനിക്ക് വേണ്ട എന്ന് പറയുന്ന ചിലരെ കുറിച്ച് കേട്ടിട്ടുണ്ട്.

സ്വാമി ചിന്മയാനന്ദൻ പറയുന്നത്, ഈ ഹൃദയ ദൗർബല്യത്തെ 'അർജുനരോഗ'മെന്ന് വിശേഷിപ്പിക്കാം. അർജുനവിഷാദയോഗ മെന്ന ഒന്നാം അദ്ധ്യായത്തെ 'രോഗചരിത്രം' എന്നും വിളിക്കാം. അർജുനരോഗം ശമിപ്പിക്കുന്ന കൃഷ്ണ ചികിത്സയാണ് ഭഗവദ്ഗീത അഥവാ ഗീതോപദേശം.

ശ്ലോകം ഇരുപത്തി എട്ട്, ഇരുപത്തി ഒൻപത്, മുപ്പത്

അർജുന ഉവാചഃ

ദൃഷ്ട്വേമം സ്വജനം കൃഷ്ണ,
യുയുത്സും സമുപസ്ഥിതം
സീദന്തി മമ ഗാത്രാണി
മുഖം ച പരിശുഷ്യതി
വേപഥുശ്ച ശരീരേ
രോമഹർഷശ്ച ജായതേ
ഗാണ്ഡീവ്വംസ്രംസതേഹസ്താത്
ത്വക് ചൈവ പരിദഹ്യതേ
ന ച ശക്നോമ്യവസ്ഥാതും
ഭ്രമതീവ ച മേ മനഃ

ഹേ,കൃഷ്ണ! യുദ്ധം ചെയ്യാനാഗ്രഹിച്ചു മുന്നിൽ നിൽക്കുന്ന ഈ സ്വജനത്തെ കണ്ടിട്ട് എന്റെ അവയവങ്ങൾ തളരുന്നു. വായ് വരളുകയും ചെയ്യുന്നു. എന്റെ ശരീരത്തിൽ വിറയലും രോമാഞ്ചവും ഉണ്ടാകുന്നു.

കയ്യിൽ നിന്ന് വില്ലു വഴുതിപ്പോകുന്നു. ദേഹം മുഴുവൻ ചുട്ടു നീറുകയും ചെയ്യുന്നു. നേരെ നില്ക്കാൻ പോലും എനിക്ക് ശക്തിയില്ലാതായിരിക്കുന്നു. എന്റെ മനസ്സ് ഭ്രമിക്കുന്നതായും തോന്നുന്നു.

ലേഖക ചിന്ത:

അർജുനൻ യഥാർത്ഥത്തിൽ കേഴുകയാണ്. ഹേ കൃഷ്ണ.. ഭഗവാനെ എന്റെ മുൻപിൽ കാണുന്നവരെല്ലാം എന്റെ ഗോത്രത്തിൽ പെട്ടവരാണ്. അവർ എന്റെ സ്വജനങ്ങളാണ്. അവർ യുദ്ധത്തിന്

വന്നു നിൽക്കുന്നത് വെറും കൂലിപ്പട്ടാളമായിട്ടു മാത്രമാണ്. അവർക്കു ചിന്തകളില്ല. ചിന്തിക്കാൻ കൂട്ടാക്കാത്ത ഇത്തരം മനുഷ്യരോട് യുദ്ധം ചെയ്യുന്നത് തന്നെ യുദ്ധ നിയമത്തിനെതിരല്ലേ. എല്ലാ ജ്ഞാനങ്ങളും അറിയാവുന്ന നമുക്ക് അവരുമായി യുദ്ധം ചെയ്യുന്നത് എങ്ങനെ ശരിയാകും. യുദ്ധം തന്നെ ശരിയല്ല. അതിനുമപ്പുറം ബന്ധുജനങ്ങളോട് യുദ്ധം ചെയ്യേണ്ട ഒരവസ്ഥ. തന്റെ എല്ലാ വളർച്ചയിലും ഏറെ പ്രോത്സാഹിപ്പിച്ചവരെ യുദ്ധക്കളത്തിൽ വെച്ച് കൊല്ലേണ്ടി വരില്ലേ. ശിരസ്സിൽ ഹിമശിഖരങ്ങൾ വന്നു പതിക്കുന്നതുപോലെ. മനസ്സ് വിഭ്രാന്തികൊണ്ട് പമ്പരമായ് കറങ്ങുന്നു. ഓർമ ശക്തിക്ക് എന്തോ ഒന്ന്. സാരഥേ, എന്റെ ശരീരാവയവങ്ങൾ തളരുന്നു. മുഖം ഉണങ്ങി വരൾച്ച ബാധിച്ച ഭൂപ്രദേശം പോലെയായി മാറി. എന്റെ ദേഹം കൊടുംകാറ്റിലെ വൃക്ഷശിഖരങ്ങളെപ്പോലെ ഇളകിയാടുന്നു. എന്റെ കൈവിരലുകൾ മടങ്ങുന്നില്ല. വില്ലു പിടിക്കാനുള്ള ശേഷിയില്ലാത്ത വിരലുകളോ എന്റെ വിരലുകൾ. ദൈവമേ. എന്റെ ഗാണ്ഡീവം അത് പിടിക്കാനുള്ള ശക്തി പോലും ചോർന്നു പോകുന്നു. ഗാണ്ഡീവം കയ്യിൽ നിന്നും വഴുതിപ്പോവുകയോ...

എന്റെ ഗാണ്ഡീവം.. ഒരു ലക്ഷം പേരോട് ഒറ്റയ്ക്ക് എതിരിടുന്നതിനു കരുത്തുള്ള ഗാണ്ഡീവം. മനുഷ്യന്മാരെയും ദേവന്മാരെയും തോൽപ്പിക്കാൻ കഴിയുന്ന അത്ഭുതവില്ല്. പല വർണത്തിൽ മിനുസമായി നീളത്തിലുള്ള എന്റെ മാത്രം വില്ല്. ബ്രഹ്മാവ് നിർമ്മിച്ച വില്ല്. ആയിരം വർഷം ബ്രഹ്മാവ് സൂക്ഷിച്ചതിനുശേഷം പ്രജാപതി ആയിരം വർഷംകൊണ്ടു നടന്ന പാരമ്പര്യ വസ്തു. പിന്നീട് മൂവായിരത്തി അഞ്ഞൂറ്റി എൺപത്തിയഞ്ചു വർഷം ഇന്ദ്രന്റെ കയ്യിൽ. പിന്നെ ഖാണ്ഡവ വനത്തിൽ വെച്ച് അഗ്നിയെ സഹായിച്ചതിന് അഗ്നിദേവന്റെ അപേക്ഷയനുസരിച്ചു വരുണൻ അർജുനന് നൽകിയ ഗാണ്ഡീവം. കൃഷ്ണനും അന്ന് കൂടെയുണ്ടായിരുന്നു. അർജുനന് ചന്ദ്രധനുസ്സു എന്ന് വിളിക്കുന്ന ഗാണ്ഡീവവും അമ്പൊടുങ്ങാത്ത ആവനാഴിയും ഹനുമാൻ കൊടിയടയാളമുള്ള രഥവും ശ്രീകൃഷ്ണന് ചക്രായുധവും വരുണൻ സമ്മാനിച്ചു. അർജുനന്റെ തേരിൽ കെട്ടുന്നതിനുവേണ്ടി വരുണൻ പൊന്മാലകളണിഞ്ഞ നാലു വെള്ളക്കുതിരകളെ കൊടുത്തു.അന്ന് അഗ്നിയ്ക്കു ഖാണ്ഡവവനം തിന്നാൻവേണ്ടി ഉണ്ടാക്കിയ ചങ്ങാത്തമാണ് ഈ യുദ്ധക്കളത്തിലും അർജുനനും കൃഷ്ണനും തമ്മിൽ തുടരുന്നത്.

അഗ്നിയുടെ വിശപ്പടക്കാൻ എത്ര ജീവികളെയാണ് ഖാണ്ഡവ വനത്തിൽ കൊന്നൊടുക്കിയത്. ഖാണ്ഡവ വനത്തിൽ വെച്ച് അർജുനൻ അരിഞ്ഞു വീഴ്ത്തിയ ജീവികൾക്ക് കയ്യും കണക്കുമില്ല. അങ്ങനെയുള്ള ഒരാൾ ഇപ്പോൾ പറയുന്നത് അഹിംസയെക്കുറിച്ചു മാത്രം.

ഏതു കാഠിന്യമേറിയ മരത്തെയും തുളച്ചു കയറാനുള്ള കരുത്തു വണ്ടിനുണ്ട്. എന്നാൽ അത് തന്റെ പ്രേമഭാജനമായ കൂമ്പിയ താമരപ്പൂവിൽ അകപ്പെട്ടു കഴിഞ്ഞാൽ, ആ പൂവിന്റെ മൃദുലമായ ഇതളുകൾ തുളച്ചു പുറത്തിറങ്ങാൻ കഴിയാതെ ഉള്ളിൽത്തന്നെയിരുന്നു അതിന്റെ ജീവൻ ഒടുങ്ങിപ്പോകുന്നതുപോലെ ... തോന്നുന്നു അർജുനന്റെ ഈ അവസ്ഥ കാണുമ്പോൾ. ഹൃദ്യമായ സ്നേഹത്തിന്റെയും അതിലാളനായർന്ന ബന്ധുത്വത്തിന്റെയും കെട്ടുപാടിൽ നിന്ന് പുറത്തിറങ്ങുക പ്രയാസകരമാണ്. ചെയ്യേണ്ടത് ചെയ്യേണ്ട സമയത്തു ചെയ്യാത്തവനെ ആരും മുഖവിലക്കെടുക്കുകയില്ല.

നുറുങ്ങ്

ഖാണ്ഡവ വനം അഗ്നി ആർത്തിയോടെ തിന്നു തീർക്കുന്നതിന് ഒത്താശ ചെയ്തു കൊടുത്ത വീരന്മാരാണ് അർജ്ജുനനും കൃഷ്ണനും. തക്ഷകന്റെ താമസം അവിടെയായിരുന്നു. എന്നാൽ ആ സമയത്ത് തക്ഷകൻ കുരുക്ഷേത്രത്തിൽ പോയിരിക്കയായതിനാൽ രക്ഷപ്പെട്ടു. തക്ഷകപുത്രനായ അശ്വസേനൻ തീക്കുണ്ഡത്തിൽ വെച്ച് ഉഴലുന്നതു കണ്ട അമ്മ വാൽ മുതൽ തലവരെ വിഴുങ്ങി കുഞ്ഞിനെ രക്ഷിച്ചു, അമ്മ മരിച്ചു.

ശ്ലോകം മുപ്പത്തിയൊന്ന്

നിമിത്താനി ച പശ്യാമി
വിപരീതാനി കേശവ,
ന ച ശ്രേയോ നുപശ്യാമി
ഹത്വാ സ്വജനമാഹവേ.

ഹേ കൃഷ്ണാ! പ്രതികൂല ശകുനങ്ങളും ഞാൻ കാണുന്നു. യുദ്ധത്തിൽ സ്വജനത്തെ കൊന്നിട്ട് ശ്രേയസ്സുണ്ടാകുമെന്നും തോന്നുന്നില്ല.

ലേഖക ചിന്ത:

അർജുനൻ എന്ന അന്ധ വിശ്വാസിയെ നമുക്ക് ഇവിടെ ദൃശ്യമാവുന്നു. ഒരു യോദ്ധാവ് യുദ്ധക്കളത്തിൽ വെച്ച് പ്രതികൂല ശകുനങ്ങളെ കുറിച്ച് സംസാരിക്കാൻ തുടങ്ങുന്നു. ദുശ്ശകുനങ്ങൾ കാണുന്നു പോലും. രാജർഷിയായ ശുകനിൽ നിന്നും ധനുർവേദവിദ്യയുടെ ആദ്യപാഠങ്ങൾ പഠിക്കാൻ ഏത് ശകുനം നോക്കിയാണ് തുടങ്ങിയത്. കൃപാചാര്യരും പിന്നെ ദ്രോണരുടെ ശിക്ഷണവും മതിയാവോളം ലഭിച്ചപ്പോഴൊന്നും ഈ ശകുനചിന്തകളില്ലായിരുന്നുവല്ലോ. തന്നേക്കാൾ വലിയവൻ ഈ ഭൂമുഖത്ത് ഉണ്ടാവാൻ പാടില്ല എന്ന മനോഭാവം ഏതു ശകുനമാണ്. ഏകലവ്യൻ എന്ന അതുല്യ പ്രതിഭയുടെ വലതുകൈ പെരുവിരൽ ഗുരുദക്ഷിണ ചോദിപ്പിച്ച് ശിഷ്യ ദക്ഷിണയാക്കി മാറ്റിയപ്പോഴില്ലാത്ത നന്മചിന്ത ഇപ്പോൾ പൊട്ടിമുളച്ചിരിക്കുന്നു. പെരുവിരൽ ഗുരുവിന് സമർപ്പിച്ച ഏകലവ്യന്റെ അന്നത്തെ ആത്മനിർവൃതി ഭാവം അർജ്ജുനന്റെ മനസ്സിൽ ദുശ്ശകുനമായി വന്നതാവും. ആയുധപരീക്ഷാവേളയിൽ കർണന്റെ ആഭിജാത്യം ചോദ്യം ചെയ്യാൻ ഏത് മുഹൂർത്തമാണ് നോക്കിയത്.

നന്മ മാത്രം പഠിപ്പിക്കേണ്ട ഗുരു തിന്മ ദക്ഷിണയായി, അതായത് തന്റെ ശത്രുവായ ദ്രുപദനെ ബന്ധിച്ചു കൊണ്ടുവരാൻ ഗുരു ദക്ഷിണയായി ചോദിച്ചത് ശുഭശകുനമായി കാണുന്നുവോ.. രൈവതക പർവതത്തിൽ വെച്ച് യാദവോത്സവം നടക്കുമ്പോൾ സന്യാസി വേഷം കെട്ടി സുഭദ്രയെ തട്ടിക്കൊണ്ടുപോയി സ്വന്തമാക്കിയത് ശകുനം നോക്കിയാണോ..? പാഞ്ചാലി, ഉലൂപി, ചിത്രാംഗദ എന്നീ സുന്ദരികളെ ജീവിതസഖിമാരാക്കിയത് മുഹൂർത്തം നോക്കിയാണോ..?

അർജുനൻ തീരെ വകതിരിവില്ലാത്ത വ്യക്തിയെ പോലെ പെരുമാറാൻ തുടങ്ങി. 'കൃഷ്ണ നമുക്ക് ഇനിയും ഇവിടെ നിൽക്കേണ്ട. ഈ സ്വജനങ്ങളെയെല്ലാം കൊല്ലണമെന്ന് വരുമ്പോൾ എന്റെ മനസ് ദുർബലമാകുന്നു. വിചാരശൂന്യമായി ഞാൻ പലതും പുലമ്പുന്നു.'

കൗരവരെ ഞാൻ കൊല്ലണമെന്നുണ്ടെങ്കിൽ പിന്നെ യുധിഷ്ഠിരനേയും മറ്റുള്ളവരേയും കൊന്നാലെന്ത്? ഈ കൗരവരും എന്റെ ബന്ധുക്കളാണ്. അതുകൊണ്ട് ഭഗവാനേ, ഈ യുദ്ധാവേശം നശിക്കട്ടെ. യുദ്ധം ഒന്നിനേയും ശുദ്ധമാക്കുന്നില്ല. യുദ്ധം അന്യായമാണ്. പാപമാണ്. ഈപാപം ചെയ്തിട്ട് നാം എന്താണ് നേടുന്നത്. കൃഷ്ണാ ഞാൻ വിപരീതമായ പലശകുനങ്ങളും കാണുന്നു. സ്വന്തം ആളുകളെ കൊല ചെയ്തിട്ട് ഒരു നന്മയും ഉണ്ടാകുമെന്ന് എനിക്ക് തോന്നുന്നില്ല.

അർജുനൻ ആശയക്കുഴപ്പങ്ങളുടെ ചുഴിയിൽപ്പെട്ട് സോമരസം അധികം നുകർന്നു ലഹരിയിൽപ്പെട്ടവനെപൊലെ പരസ്പര ബന്ധമില്ലാതെ എന്തൊക്കെയോ പുലമ്പാൻ തുടങ്ങി. യുദ്ധഭൂമിയിൽ അനിശ്ചിതത്വം മൂകതയായ് പടർന്നു.

നുറുങ്ങ്:

ലോകത്ത് ആദ്യ ഓൺലൈൻ പഠനം നടത്തിയത് നിഷാദകുമാരനായ ഏകലവ്യനായിരുന്നു. ഗുരുവിനെ മനസ്സിൽ സങ്കല്പിച്ച് സൗജന്യ സ്വയം പഠനം നടത്തി ഒന്നാമനായപ്പോൾ ഓൺലൈൻ പഠനത്തിന്റെ ഫീസായി ഒന്നും പഠിപ്പിക്കാത്ത ദ്രോണഗുരു ചോദിച്ചത് വലത് കൈയുടെ പെരുവിരൽ.

ശ്ലോകം മുപ്പത്തിരണ്ട്

ന കാംക്ഷേ വിജയം കൃഷ്ണ,
ന ച രാജ്യം സുഖാനി ച
കിം നോ രാജ്യേന ഗോവിന്ദ!
കിം ഭോഗൈർജീവിതേ ന വാ?

ഹേ, കൃഷ്ണ, ജയത്തെയോ രാജ്യത്തെയോ സുഖത്തെയോ ഞാൻ ഇച്ഛിക്കുന്നില്ല. ഹേ, ഗോവിന്ദ ഞങ്ങൾക്ക് രാജ്യം കൊണ്ടാവട്ടെ ജീവിതം കൊണ്ടുതന്നെയാവട്ടെ എന്തൊരു പ്രയോജനമാണുള്ളത്?

ലേഖക ചിന്ത:

അർജുനചിന്ത പ്രസക്തമാണ്. വിദ്യാദാനവേളയിൽ ഗുരു എന്തെല്ലാം നന്മകൾ പറഞ്ഞു തന്നിട്ടുണ്ട്. ആരേയും കൊല്ലരുത്, നീതിമാനായിരിക്കണം, സത്യം മാത്രം പറയണം പ്രവർത്തിക്കണം, ഗുരുക്കന്മാർ, പ്രായമായവർ എന്നിവരെ ആദരിക്കണം, മോഷണം വ്യഭിചാരം പാടില്ല. അങ്ങനെ അങ്ങനെ എന്തെല്ലാം. പഠിപ്പിച്ചതൊന്നും ജീവിതത്തിൽ പകർത്തേണ്ട എന്നാണോ പറയുന്നത്?. എനിക്ക് ആരേയും കൊല്ലേണ്ട. യുദ്ധത്തിൽ വിജയം നേടുക എന്നാൽ കൂടുതൽ പേരെ കൊല്ലുക എന്നല്ലേ അതിന്റെ അർത്ഥം. എല്ലാവരേയും കൊന്നിട്ട് എനിക്ക് ഒരു രാജ്യവും വേണ്ട സുഖവും വേണ്ട. ജനങ്ങളില്ലാത്ത രാജ്യവും കുഞ്ഞുങ്ങളില്ലാത്ത വീടും ഒരു പോലെയാണ്. എല്ലാവരേയും കൊന്നാൽ എങ്ങനെ സുഖം ലഭിക്കും. അഹിംസയാണ് പരമമായ ധർമ്മം എന്നതല്ലേ ആപ്തസ്മൃതി വാക്യം. ഈയുദ്ധഭൂമിയിൽ വെച്ച് ശരി തെറ്റ് ബോധ്യപ്പെടുത്തി ഒരു തുള്ളി രക്തം പോലും വീഴാത്ത ശുദ്ധ ഭൂമി യായി മാറ്റാനുള്ള അവസരമ

ല്ലേ ഇത്. മനുഷ്യജീവനെ നിഹനിച്ചുകൊണ്ടുള്ള വിജയം ശരീരത്തിലേറ്റ അസ്ത്രം പറിച്ചു മാറ്റാതെ നീറുന്ന വേദനപോലെയാണത്. ആരാന്റെ ജീവനപഹരിക്കുന്നതു മാത്രമല്ല ഹിംസ. അന്യന്റെ മനസ്സിനോ ശരീരത്തിനോ ദുഃഖമുണ്ടാക്കുന്നതും ഹിംസയാണ്. യുദ്ധത്തിൽ മരിക്കുന്നവർ ഭാഗ്യവാന്മാർ. എന്നാൽ അവരുടെ ബന്ധുക്കളുടെ ദുഃഖം, ദുരിതം അതെല്ലാം ഹിംസയുടെ ഭാഗമാകുന്നു. അഹിംസാ ധർമബോധമനുസരിച്ചാണ് ക്ഷമ, ദയ, ശാന്തത തുടങ്ങിയ ഗുണങ്ങൾ അന്ന് ഗുരു പഠിപ്പിച്ചത്. ക്ഷമയും ദയയും ശാന്തതയുമാണ് എന്റെ അഹിംസയുടെ ആയുധങ്ങൾ. എല്ലാ ആയോധനാസ്ത്രവിദ്യയുടേയും അവതാരപുരുഷനായ അർജുനൻ യുദ്ധഭൂമിയിൽ വെച്ച് വിജയവും വിജയത്തിലൂടെ ലഭിക്കുന്ന രാജ്യവും ആരാജ്യ ഭരണത്തിലൂടെ ലഭിക്കുന്ന സുഖവും വേണ്ട എന്ന് പറയുന്നത് ഭീരുത്വമല്ല. അത് കരുത്താണ്. അനീതിയും അധർമവും ചെയ്യുന്ന കൗരവരെ യുദ്ധഭൂമിയിൽ വെച്ച് അവസാനം ഒന്നുകൂടി തിരുത്താനുള്ള അവസരമായി കാണുന്നതല്ലേ യുക്തി. അർജുനവിഷാദരോഗം കൗരവരിൽ എന്തു പ്രതികരണമാണ് സൃഷ്ടിക്കുക എന്നതറിയാനുള്ള നാട്യമാണ്.

എന്നാൽ ഇതിന് മറുവാദവുമുണ്ട്. ഈ ഭൂമിയിൽ നമ്മുടെ കണ്ണിനു കാണാത്ത അനേകം സൂക്ഷ്മ ജീവികളുണ്ട്. അഹിംസ പരമധർമ്മമായി കാണുന്നവർക്ക് കണ്ണ് ചിമ്മാൻ പോലും പറ്റില്ല. കാരണം ആ സൂക്ഷ്മജീവികൾ കണ്ണിൽ കുടുങ്ങി നശിച്ചു പോകും. എല്ലായ്പ്പോഴും ക്ഷമിക്കുന്നത് ശ്രേയസ്കരമല്ല. അർജുനന്റെ ധർമസങ്കടം ഒരു യാഥാർത്ഥ്യമാണ്. കാരണം യുദ്ധമെന്ന യാഥാർത്ഥ്യം ഒരു ജനസാഗരമായി മുന്നിൽ വേലിയേറ്റം സൃഷ്ടിച്ചുകൊണ്ടിരിക്കുന്നു.

നുറുങ്ങ്:

അർജുനൻ കൃഷ്ണനോട് പറഞ്ഞത് വളരെ നിഷ്കളങ്കമായ വസ്തുത തന്നെയാണ്. യുദ്ധക്കളത്തിൽ വെച്ച് തന്റെ ശത്രു ബന്ധുവാണ് എന്ന് പറയുന്നത് മഹാന്റെ ഔന്നത്യമാണ്. ഈഔന്നത്യം ചരിത്രപുരുഷനായ അശോകചക്രവർത്തിക്ക് ഇല്ലാത്തതായിരുന്നു കലിംഗയുദ്ധത്തിന്റെ കാരണം. അശോകൻ മഹാഭാരതം പഠിച്ചിരുന്നെങ്കിൽ കലിംഗത്തിലെ ശവസാഗരത്തിന്റെ സൃഷ്ടികർത്താവാകുമായിരുന്നില്ല. കൊല്ലേണ്ടവരെ മുഴുവൻ കൊന്നതിനുശേഷം നശി

പ്പിക്കേണ്ടതു മുഴുവൻ നശിപ്പിച്ചതിനുശേഷം അഹിംസാ പരമോ ധർമം എന്നു പറഞ്ഞ അശോകൻ എന്നിട്ടും മഹാൻ. അധികാരം നേടാൻ വേണ്ടി നൂറു സഹോദരെ കൊന്ന അശോകൻ മഹാനായ ചക്രവർത്തി.

ശ്ലോകം മുപ്പത്തിമൂന്ന്, മുപ്പത്തിനാല്

യേഷാമർത്ഥേ കാംക്ഷിതം
നോ രാജ്യം ഭോഗാഃ സുഖാനി ച
ത ഇമേ അവസ്ഥിതാ യുദ്ധേ
പ്രാണാംസ്ത്യക്ത്വാ ധനാനി ച

ആചാര്യാഃ പിതരാഃപുത്രാഃ
തഥൈവ ച പിതാമഹാഃ
മാതുലാഃ ശ്വശുരാഃ പൗത്രാഃ
സ്യാലാഃ സംബന്ധിനസ്തഥാ.

ആർക്കു വേണ്ടി രാജ്യഭോഗ സുഖങ്ങൾ ആഗ്രഹിച്ചുവോ ആ ആചാര്യന്മാരും പിതാക്കന്മാരും പുത്രന്മാരും അപ്രകാരം തന്നെ പിതാമഹൻമാരും മാതുലന്മാരും ശ്വശുരന്മാരും പൗത്രന്മാരും സ്യാലന്മാരും അങ്ങനെ ബന്ധുക്കളും ഇതാ ജീവനും സ്വത്തും വെടിഞ്ഞ് പടക്കളത്തിൽ വന്നു നിൽക്കുന്നു.

ലേഖക ചിന്ത:

ഹേ കൃഷ്ണാ, സുഖത്തിന്റെ ചിന്തയേ എനിക്ക് ഇപ്പോഴില്ല. ഏതു ദുരന്തവും നേരിടാൻ ഞാനൊരുക്കമാണ്. രാജ്യാനുഭവ സുഖത്തിനുവേണ്ടി ബന്ധുക്കളെ കൊല്ലുക മഹാപാപം.

മുമ്പിൽ അണിനിരന്നിരിക്കുന്ന പൂർവജന്മാരെ കൊല്ലണമെന്ന് ആരും പഠിപ്പിച്ചിട്ടില്ല. ഗുരുക്കന്മാരെ ശത്രുവായി കണക്കാക്കാൻ ഏത് നീതി ശാസ്ത്രത്തിലാണ് പറഞ്ഞിരിക്കുന്നത്.? ദൈവമേ വിദ്വേഷം വളർത്താനാണ് ജനിച്ചതെങ്കിൽ ഈ ജന്മം എന്തിന് നൽകി.

ഓരോ മനുഷ്യനും സന്തതി പരമ്പരകളെ കാംക്ഷിക്കുന്നത് നല്ല മക്കളുടെ പിതാവായി അറിയപ്പെടുന്ന നിമിഷത്തിനു വേണ്ടി മാത്ര മാണ്. തന്റെ സന്തതിയെക്കൊണ്ട് സ്വജനങ്ങളെ കൊന്നൊടുക്കാൻ ആരെങ്കിലും പറയുമോ.? ബന്ധുക്കളെപോലെ എല്ലാവരേയും കാണാനാണ് ചെറുപ്പം തൊട്ടേ എല്ലാവരും പറഞ്ഞു പഠിപ്പിച്ചത്. പെരുമാറ്റത്തിൽ കഠിനഹൃദയനാവാൻ പാടില്ല, ജീവിതത്തിലും പാടില്ല എന്ന് പഠിപ്പിച്ച ഗുരു ജനങ്ങളെ കൊന്നാൽ... പിന്നെ എന്തു നന്മ.. എന്ത് അഹിംസ, എന്ത് നീതി ബോധം.

ജീവിതം തന്നെ മുതിർന്നവർക്കും ബന്ധുക്കൾക്കും ഗുരുജന ങ്ങൾക്കും സമർപ്പിക്കാൻ, അവർക്ക് നന്മചെയ്തുകൊടുക്കാൻ.. അതിനുവേണ്ടിയുള്ള ഉത്ക്കടമായ ചിന്തയാണ് മനസ്സിനെ മഥിക്കു ന്നത്.

അത്ഭുതം തോന്നുന്നു.. എന്തൊരു ലോകമാണിത്. യുദ്ധം ചെയ്യാൻ വേണ്ടി ഓരോരുത്തരും വന്നിരിക്കുന്നത് താൻ ഇതുവരെ ജീവന്റെ ജീവനായി കരുതിയ ഭാര്യയെ ഉപേക്ഷിച്ചാണ്. മക്കളെ മറന്നിട്ടാണ്. മാതാപിതാക്കളുടെ വാർധക്യത്തെ ഓർക്കാതെയാണ്. ഇതുവരെ സമ്പാദിച്ച സ്വത്തുക്കളെ തട്ടിമാറ്റിയാണ് .

അത്രയ്ക്ക് ശ്രേഷ്ഠമായ ഒന്നാണോ യുദ്ധം. അതും കരുത്ത രായ പുരുഷന്മാർ മാത്രം അണിനിരക്കുന്ന മരണം മുന്നിൽ കണ്ടു കൊണ്ടുള്ള ഈ ഹിംസയുടെ വിഷപ്പുക ശ്വസിക്കാൻ എത്തിയിരി ക്കുന്ന ബന്ധു ജനങ്ങളെ.. വയ്യ വയ്യേ വയ്യ.. ഒരാളേയും കൊല്ലാൻ. എല്ലാവരും ബന്ധുക്കൾ... ആരും എന്റെ ശത്രുവല്ല. ആചാര്യന്മാർ ബന്ധുക്കളാണ്, പിതാക്കന്മാരും അവരുടെ പുത്രന്മാരും അവരും ബന്ധുക്കൾ തന്നെ. മുത്തച്ഛന്മാർ, അമ്മാവന്മാർ, ഭാര്യാപിതാക്ക ന്മാർ, ഭാര്യാ സഹോദരൻമാർ തുടങ്ങി എല്ലാ ബന്ധുജനങ്ങളും ശ ത്രുപക്ഷത്ത് അണിനിരക്കുന്നത് എന്തൊരു വിധി വൈപരീത്യം. പക്ഷേ അവർക്കെതിരെ സംസാരിക്കുന്നതു തന്നെ എനിക്ക് മഹാ പാപമായി തോന്നുന്നു.

നുറുങ്ങ്:

ബന്ധുത്വം.. എല്ലാ രംഗത്തും അത് എന്നും സജീവമാണ്. ആദ്യ കാലഘട്ടങ്ങളിൽ ഭരണാധികാരികൾ ഏത് മണ്ടനാണെങ്കിലുംതന്റെ പുത്രനു തന്നെ അധികാരം കൈമാറി ഭരണതുടർച്ച സൃഷ്ടിച്ചു.

വർത്തമാനകാലത്ത് രാഷ്ട്രീയവും അങ്ങനെയായി മാറി. സാഹിത്യമൊഴികെ എല്ലാം ഇന്ന് ബന്ധുത്വത്തിലൂടെയായി മാറി. സിനിമാരംഗം മക്കൾ പിന്തുടർച്ച കീഴടക്കുമ്പോൾ അഭിനയം പഠിച്ച വിദ്യാർഥികൾ അർജുനനെ പോലെ പകച്ചു നിൽക്കുകയാണ്.. കാരണം മോഹൻലാലിന്റെ മകൻ, മമ്മൂട്ടിയുടെ മകൻ, ശ്രീനിവാസന്റെ മക്കൾ, സുകുമാരന്റെ മക്കൾ, ഫാസിലിന്റെ മകൻ, സുരേഷ്ഗോപിയുടെ മകൻ, ജയറാമിന്റെ മകൻ.. പട്ടിക വല്ലാതെ നീണ്ടു പോകുന്നു.

ശ്ലോകം മുപ്പത്തിയഞ്ച്, മുപ്പത്തിയാറ്

ഏതാൻ ന ഹന്തുമിച്ഛാമി
ഘ്നതോ പി മധുസൂദന
അപി ത്രൈലോക്യ രാജ്യസ്യ
ഹേതോഃകിംനു മഹീകൃതേ?

നിഹത്യ ധാർത്തരാഷ്ട്രാൻ നഃ
കാ പ്രീതിഃ സ്യാജ്ജനാർദ്ദന
പാപമേവാ ശ്രയേദസ്മാൻ
ഹത്വൈതാനാതതായിനഃ

ഹേകൃഷ്ണാ, ഞാൻ ഇവരാൽ ഹനിക്കപ്പെടുകയാണെങ്കിൽ പോലും ഇവർ എന്നെ കൊല്ലാൻ വന്നാലും ത്രൈലോകാധിപത്യം കിട്ടുമെന്ന് വന്നാൽപോലും ഇവരെ കൊല്ലാൻ ഞാൻ ഇച്ഛിക്കുന്നില്ല. എന്നിട്ടാണോ ഈ മണ്ണിനു വേണ്ടി.

ഹേകൃഷ്ണാ, കൗരവരെ കൊന്നിട്ട് ഞങ്ങൾക്ക് എന്ത് സന്തോഷമാണുണ്ടാവുക. ആതതായികൾ (വധാർഹന്മാർ) തന്നെയാണെങ്കിലും ഇവരെ കൊന്നാൽ ഞങ്ങളെ പാപം തന്നെ ബാധിക്കും.

ലേഖക ചിന്ത:

അർജുനൻ ആർദ്രതയുടെ സൗപർണികയായ് ഒഴുകുന്നു. അല്ലയോ മധുസൂദന, കൗരവപ്പടയുടെ ഏറ്റവും മഹത്തായ ലക്ഷ്യം എന്നെ വകവരുത്തുക എന്നതാണ്. അർജുനൻ കൊല്ലപ്പെട്ടു എന്ന വാർത്ത കൗരവപ്പടയ്ക്ക് സംഗീതമഴപോലെയാവും. അങ്ങനെ എന്നെ കൊല്ലാൻ വേണ്ടി നിൽക്കുന്നവരാണെങ്കിൽ പോലും ഇ

വരെ മൂന്നു ലോകത്തിലുമുള്ള സാമ്രാജ്യാധിപത്യത്തിനുവേണ്ടി കൊല്ലാൻ ഞാൻ ആഗ്രഹിക്കുന്നില്ല. കേവലം ഈ ഭൂമിയുടെ ആധി പത്യത്തിനുവേണ്ടി പിന്നെ പറയാനുണ്ടോ.? അതും ഭൂമിയിലെ ഹസ് തിനപുരമെന്ന തുണ്ടു ഭൂമിയ്ക്കുവേണ്ടി. തനിക്കു ത്രൈലോകാ ധിപത്യം വേണ്ട. ത്രിലോകീ തിലകം മതിയെന്നാവും അർജുന ചിന്ത. ഒരു യോഗീശ്വര മന്ത്രമാണത്. നൂറ്റിയൊന്നു കൗരവരെ കൊല്ലുന്നതിനു പകരം ത്രിലോകീ തിലകം ജപിക്കുക. ദിവസേന ത്രിലോകീ തിലകമെന്ന മന്ത്രം നൂറ്റിയൊന്നു പ്രാവശ്യം ജപിക്കു ന്നവൻ മൂന്നു ലോകങ്ങളിലും സർവ്വജ്ഞനനായ് തീരും. മാത്രമല്ല അയാൾ വിചാരിക്കുന്ന ദിക്കുകളെല്ലാം സഞ്ചരിക്കുവാനുള്ള ശക്തി ലഭിക്കുകയും ചെയ്യും. 'ഹ്രീം ഗൗരീം രുദ്രമയിതേ യോഗേശ്വരീം ഹും പട് സ്വാഹാ' യോഗേശ്വരനായ ഭഗവാന്റെ മുന്നിൽ അർജു നൻ യോഗേശ്വരനാവാൻ ശ്രമിക്കുന്നു.

കൗരവന്മാർ വഴിവിട്ടാണ് പണ്ടേ സഞ്ചരിച്ചത്. കുറുനരികൾ ഒരി ക്കലും കുയിലിനെ പോലെ മധുരഗാനം ഈണമിടുകയില്ല. അ വർ അവരുടെ ജന്മസ്വഭാവം കാണിക്കുന്നു. കൗരവരെപോലെ പാണ്ഡവരും ആയാൽ പിന്നെ ആരാണ് നമ്മെ ബഹുമാനിക്കുക. ഞങ്ങൾക്ക് എന്ത് ന്യായമാണ് ലോകത്തോട് പറയാനുള്ളത്. ഭഗ വാനേ അങ്ങ് തന്നെ പറയൂ.

ജനാർദ്ദനാ.. അർജുനൻ ഭഗവാനെ ഇവിടെ അഭിസംബോധന ചെയ്തത് പ്രത്യേകം ശ്രദ്ധിക്കേണ്ടതാണ്. ജനങ്ങളോട് സഹാനു ഭൂതിയുള്ളവനാണ് ജനാർദ്ദനൻ. അധികാരത്തിനു വേണ്ടിയുള്ള ഈ യുദ്ധത്തിൽ കൗരവർ മാത്രമല്ല കൊല്ലപ്പെടുന്നത്. വിളക്ക് തെളി ക്കുന്ന നേരത്ത് വന്നണഞ്ഞു അഗ്നിയെ പുൽകുന്ന ഈയാംപാറ്റ കളെ പോലെയാണ് സാധാരണ ജനങ്ങളുടെ അവസ്ഥ. 'ദുര്യോധ നാദികളെ കൊന്നിട്ട് എന്തു നേട്ടമാണുണ്ടാവുക.? ഞങ്ങളോട് ചെ യ്ത കടുംകൈകളോർത്താൽ അവർ ആതതായികൾ തന്നെ. കൊ ല്ലപ്പെടേണ്ടവർ തന്നെയെന്നു നിശ്ചയം. എങ്കിലും അവരെ കൊല്ലു ന്നതിലൂടെ ഞങ്ങൾ പാപികളാവുകയല്ലേ ചെയ്യുന്നത്'

അർജുനന്റെ ഓർമകൾ.. കൗരവർ പാണ്ഡവരെ ദ്രോഹിച്ചത്. വനവാസത്തിനയച്ചത്, അതും പോരാഞ്ഞ് അജ്ഞാത വാസം.. അർദ്ധരാജ്യം മതിയെന്ന് പറഞ്ഞപ്പോൾ നിരസിച്ചത്, പാണ്ഡവർ അഞ്ചാണല്ലോ. അഞ്ച് പേർക്ക് അഞ്ച് ദേശം.. അതും നിരസിച്ചത്.

പിന്നീട് അഞ്ച് പേർക്ക് സ്വന്തമായി അഞ്ച് ഭവനങ്ങൾ വെച്ച് സ്വന്തം നാട്ടിൽ താമസിക്കാനുള്ള അവകാശം. അതും നിരസിച്ചപ്പോൾ അഞ്ചു പേർക്കും കൂടി ഒരു ഭവനം... അവിടെ ഞങ്ങൾ താമസിക്കാമെന്ന് ഭഗവാൻ ഞങ്ങൾക്ക് വേണ്ടി ഉറപ്പ് കൊടുത്തത്. അവസാനം ദുര്യോധനന്റെ വാക്കുകൾ. സൂചികുത്താൻപോലും ഇടം നൽകില്ലെന്ന ആക്രോശം.. മനസ്സിലും ശരീരത്തിലും ലക്ഷക്കണക്കിന് സൂചിമുനകൾ തുളച്ചു കയറിയ ആ നിമിഷം.. അതെല്ലാം മറക്കുന്നു. കാരണം കൊല്ലേണ്ടവരെ കൊന്നാലും അത് കൊലപാതകം തന്നെയാണ്. ഇവരെ കൊന്ന് ഞങ്ങൾക്ക് പാപികളാവാൻ ആഗ്രഹമില്ല.

നുറുങ്ങ്:

ആതതായികൾ... സംസ്കൃതഭാഷയുടെ മഹത്വം വിളിച്ചറിയിക്കാൻ ഈ ഒറ്റപ്പദം മാത്രം മതി. ഹിംസ ചെയ്ത് തിന്മയുടെ ഭീകരമായ മുഖമുള്ളവരെയാണ് ആതതായികൾ എന്നു പറയുന്നത്. ആധുനിക കാലഘട്ടത്തിൽ ഭീകരന്മാർ എന്ന പേരിൽ ആതതായികൾ അറിയപ്പെടുന്നു. നിഷേധാത്മക വാക്കുകളിൽപോലും ആർദ്രതയുടെ തെളിനീരുറവകൾ സൃഷ്ടിക്കാൻ കഴിയുന്നതുകൊണ്ടാണ്, സംസ്കാരം ജനിപ്പിക്കുന്നതു കൊണ്ടാണ് സംസ്കൃതമായി മാറിയത്.

ശ്ലോകം മുപ്പത്തിയേഴ്, മുപ്പത്തിയെട്ട്, മുപ്പത്തിയൊമ്പത്

തസ്മാന്നാർഹാ വയം ഹന്തും
ധാർത്തരാഷ്ട്രാൻ സ്വബാന്ധവാൻ
സ്വജനം ഹി കഥം ഹത്വാ
സുഖിനഃ സ്യാമ മാധവ

യദ്യപ്യേതേ ന പശ്യന്തി
ലോഭോപഹത ചേതസഃ
കുലക്ഷയ കൃതം ദോഷം
മിത്രദ്രോഹേ ച പാതകം

കഥം ന ജ്ഞേയമസ്മാഭിഃ
പാപാദസ്മാന്നിവർത്തിതും
കുലക്ഷയ കൃതം ദോഷം
പ്രപശ്യദ് ഭിർജ്ജനാർദ്ദന.

അതുകൊണ്ട് ഞങ്ങൾ സ്വബന്ധുക്കളായ കൗരവരെ കൊല്ലാൻ പാടില്ല. ഹേ കൃഷ്ണ എന്തെന്നാൽ സ്വജനത്തെ കൊന്നിട്ട് എങ്ങനെ ഞങ്ങൾ സുഖികളായി തീരും?

ലോഭം കൊണ്ട് വിവേകം നശിച്ച ഇവർ കുലനാശം കൊണ്ടുണ്ടാവുന്ന ദോഷവും മിത്രദ്രോഹത്തിലുള്ള പാപവും കാണുന്നില്ലെങ്കിലും..

ഹേ, കൃഷ്ണ .. കുലനാശം കൊണ്ടുണ്ടാകുന്ന ദോഷത്തെ

നന്നായറിയുന്ന ഞങ്ങളാൽ ഈ പാപത്തിൽ നിന്നു പിന്മാറേണ്ട താണെന്ന് എങ്ങനെ അറിയപ്പെടാതിരിക്കും?

ലേഖക ചിന്ത:

ഇടയ്ക്കിടെ അർജുനൻ കൃഷ്ണാ, കൃഷ്ണ എന്ന് അഭിസം ബോധന ചെയ്യുന്നത് ഭഗവാന്റെ മൗനം കൊണ്ടാണ്. അർജുനന്റെ വാദം അതും യുദ്ധാരംഭത്തിനു മുൻപേ ... ബന്ധുക്കളായ കൗര വരെ കൊല്ലുന്നതു ശരിയല്ല; സ്വജനങ്ങളെ കൊന്നൊടുക്കാൻ ആർ ക്കാണ് കഴിയുക. ധൃതരാഷ്ട്രപുത്രന്മാരായ ബന്ധുജനങ്ങളെ കൊ ല്ലുന്നതിൽ എന്തു ന്യായമാണുള്ളത്. സ്വന്തം ആളുകളെ കൊന്നാൽ എങ്ങനെയാണ് സുഖം ലഭിക്കുക. അതുകൊണ്ട് ഈ യുദ്ധത്തിൽ ഞാൻ ആയുധം കൈയിലെടുക്കുകയില്ല. ആയുധമെടുത്ത് പോരാ ടിയാൽ അതായിരിക്കും ഏറ്റവും വലിയ അസംബന്ധം. യുദ്ധത്തി നുശേഷം ഒന്നും ബാക്കിയാവില്ല. ഞങ്ങൾക്ക് അങ്ങയും നഷ്ടപ്പെ ടും. അത് ഞങ്ങളെ നിത്യദുഃഖത്തിന്റെ ഇരുട്ടിലാക്കും. തന്മൂലം കൗരവരെ കൊന്ന് ഞങ്ങൾ അവശേഷിക്കുകയും ആനന്ദിക്കുകയും ചെയ്യുക എന്നുള്ളത് ഒരിക്കലും സംഭവിക്കില്ല.

അമിതമായ ദ്രവ്യമോഹം നിമിത്തം ഉന്മത്തരായിരിക്കുകയാണ് കൗരവർ. അധികാരത്തിലും സമ്പത്തിലും മാത്രമാണ് അവരുടെ ചിന്ത. മനുഷ്യരും മറ്റു ജീവജാലങ്ങളും അവർക്ക് വെറും ഉപകര ണങ്ങൾ മാത്രം. ലാഭവും ലോഭവുമാണ് അവരുടെ കണ്ണുകൾ. ആ കണ്ണുകളിലൂടെ കാണുന്നത് അത്യാർത്തിയുടെധനഭരണിമാത്രമാ ണ്. കുലത്തേക്കുറിച്ചോ കുലക്ഷയം കൊണ്ടുണ്ടാകുന്ന നാശത്തെ ക്കുറിച്ചോ ഒന്നും കൗരവർക്ക് ഒരു ആധിയുമില്ല. മിത്രങ്ങളേയും ബന്ധുജനങ്ങളേയും കൊല്ലുന്നതിൽ അവർ വല്ലാത്തൊരു ആന ന്ദമാണ് കാണുന്നത്. അഹങ്കാരത്തിന്റ മത്തുപിടിച്ചവരാണ് കൗര വർ. ഓങ്കാരത്തിന്റെ സത്തയിലാണ് ഞങ്ങൾ ആനന്ദം കണ്ടെത്തു ന്നത്.

ഹേ ജനാർദ്ദന.. അങ്ങ് എപ്പോഴും ജനപക്ഷത്താണല്ലോ. 'ജ' എന്നാൽ ജയം എന്നാണ് എന്ന് അങ്ങ് തന്നെ പറയാറുണ്ട്. 'ന' എന്നാൽ കൂട്ടം എന്നും. അതായത് ജനം എന്നാൽ ജയിക്കു ന്നവരുടെ കൂട്ടം. നന്മ ചെയ്തു ജയിക്കേണ്ടവരാണ് ജനങ്ങൾ. യുദ്ധം ഒരിക്കലും നന്മയല്ല. യുദ്ധം വിഷമാണ്. വിഷഭോജനമെന്നറിഞ്ഞ്

ഭുജിക്കുന്നത് ആത്മഹത്യാപ്രേമികൾ മാത്രമാണ്. നമ്മുടെ വനയാത്രയിൽ ആകസ്മികമായി സിംഹത്തെ കണ്ടാൽ നാം വഴിമാറിപ്പോകുന്നതല്ലേ പ്രായോഗികത. അഗ്നിബാധയുണ്ടാകുമ്പോൾ ഒഴിഞ്ഞു മാറിയില്ലെങ്കിൽ അഗ്നി നിങ്ങളെ വിഴുങ്ങാതിരിക്കുമോ. കുത്തിയൊലിച്ചുവരുന്ന പ്രളയജലത്തെ തടഞ്ഞു നിർത്തി ജലസംഭരണിയാക്കാമെന്ന് കരുതുന്നത് മൂഢത്വമല്ലേ. എല്ലാം തകർത്തുകളഞ്ഞ് ഈ രാജ്യം ശൂന്യത മാത്രം ബാക്കിയാവുന്ന വെറും മരുപ്രദേശമായാൽ... അതെങ്ങനെ ജനഭൂമിയാവും ജനാർദ്ദന.

നുറുങ്ങ്:

ദസ്യുക്കളെ ത്രസിക്കുന്നവനായതുകൊണ്ട് ശ്രീകൃഷ്ണന് ജനാർദ്ദനൻ എന്ന പേരുണ്ടായി. ദസ്യുക്കൾ എന്നാൽ ദാസന്മാർ അഥവാ ജനങ്ങൾ എന്നർഥം. ജനങ്ങൾക്ക് സന്തോഷം നൽകുന്നു ജനാർദ്ദനൻ. നല്ല ഭരണാധികാരിയെ ജനാർദ്ദനൻ എന്ന് വിളിക്കാം

ശ്ലോകം നാൽപ്പത്, നാൽപ്പത്തിയൊന്ന്

കുലക്ഷയേ പ്രണശ്യന്തി
കുലധർമ്മാഃ സനാതനാഃ
ധർമ്മേ നഷ്ടേ കുലം കൃത്സ്നം
അധർമ്മോ ഭിഭവത്യുത

അധർമ്മാഭിഭവാത് കൃഷ്ണ,
പ്രദുഷ്യന്തി കുലസ്ത്രിയഃ
സ്ത്രീഷു ദുഷ്ടാഷു വാർഷ്ണേയ
ജായതേ വർണസങ്കരഃ

കുലനാശം വന്നാൽ സനാതനമായ കുലധർമ്മങ്ങൾ നശിച്ചു പോകും.ധർമ്മം നശിക്കുമ്പോൾ നിശ്ചയമായും കുലത്തെ മുഴുവനും അധർമ്മം ബാധിക്കും.

ഹേ കൃഷ്ണാ, അധർമ്മത്തിന്റെ ബാധഹേതുവായി കുലസ്ത്രീകൾ നന്നെ ദുഷിച്ചു പോകും. വൃഷ്ണികുലാലങ്കാരമായ ഹേ കൃഷ്ണ! സ്ത്രീകൾ ദുഷിക്കുമ്പോൾ വർണസങ്കരം സംഭവിക്കുന്നു.

ലേഖക ചിന്ത:

അർജുനൻ പറഞ്ഞത് തന്നെ വീണ്ടും ആവർത്തിക്കുന്നു. കൃഷ്ണന്റെ മൗനം വല്ലാതെ കൂടിവരുന്നു. ഭഗവാൻ ഒരു വാക്ക് ഒരേയൊരു വാക്ക് ഉച്ചരിച്ചിരുന്നുവെങ്കിൽ..

ഭഗവാനേ, കേട്ടാലും.ഈ പാപങ്ങളുടെ വലിപ്പം എത്ര ഭീകരമാണ്. പാപം നമ്മുടെ കുലം ക്ഷയിക്കുന്നതിന് നിദാനമാകും. കുലംക്ഷയിച്ചാൽ പരമ്പരയായി നിലനിന്നു വരുന്ന കുലാചാരങ്ങൾ

ഇല്ലാതാകും. കുലാചാരത്തിനു ഹാനി സംഭവിച്ചാൽ കുലത്തിൽ മുഴുവനും അധർമ്മം ബാധിക്കും. അധർമ്മം ദു:ഖത്തിന്റെ കൂടെപ്പിറപ്പാണല്ലോ.

അരണി കടഞ്ഞാണ് അഗ്നിഉണ്ടാക്കുന്നത്. അരണി എന്ന ഉണങ്ങിയ മരക്കഷണങ്ങൾ കൂട്ടിയുരച്ചാണ് അഗ്നി ജ്വലിപ്പിക്കുന്നത്. ആ അഗ്നി എല്ലാമരങ്ങളേയും നശിപ്പിക്കുന്നു. അതുപോലെയാണിത്. ഒരേ കുലത്തിലുള്ളവർ പരസ്പരം കൊല്ലുന്നതിനു തുനിഞ്ഞാൽ അത് മഹാപാപമല്ലാതെ മറ്റെന്താണ്.! ആ പാപം ഒരു കുലത്തെ മുഴുവൻ കരിച്ചു കളയും. തീയിൽ വെന്തെരിഞ്ഞ വനഭൂമിയെപോലെ.

കൃഷ്ണനെ പ്രകോപിപ്പിക്കാൻ, ഭഗവാന്റെ മൗനത്തെ ഭഞ്ജിക്കാൻ അർജുനൻ അവസാനം കുലത്തേക്കുറിച്ചും കുലസ്ത്രീകളേക്കുറിച്ചും കൃഷ്ണന്റെ വംശത്തിന്റെ മഹിമയേക്കുറിച്ചും ചോദിക്കുകയാണ്. സാമൂഹിക ജീവിതത്തിൽ ധർമ്മത്തിന്റെ പ്രാഥമിക രൂപം കുടുംബവും സ്ത്രീകളുമാണ്. ധർമ്മം നശിക്കുന്നത് സ്ത്രീകളും പുരുഷൻമാരും ദുരാചാരികളായ് മാറുമ്പോൾ വർണസങ്കരം സംഭവിക്കുന്നു. ചേരേണ്ടവർ തമ്മിലേ ചേരാൻ പാടുള്ളൂ. ഓരോന്നിനും ഓരോ സ്ഥാനമുണ്ട്. കണ്ണ് വെക്കേണ്ട സ്ഥലത്ത് ചെവി വെച്ചാൽ നാം അവരെ അംഗപരിമിതൻ എന്നല്ലേ വിളിക്കുക. കുയിൽ കാക്കയെ പോലെ കരഞ്ഞാൽ കുയിലിന്റെ ധർമ്മം അപ്രസക്തമാകുന്നതുപോലെ.

അർജുനൻ ഇവിടെ സദാചാരത്തിന്റെ പേരിൽ കുലത്തേക്കുറിച്ചും വർണം അഥവാ ജാതിചിന്തയേക്കുറിച്ചും മഹത്വവൽക്കരിക്കാനുള്ള പുറപ്പാടിലാണ്. ഏകലവ്യൻ എന്ന നിഷാദനും ഹിഡുംബി എന്ന് കാട്ടാളസ്ത്രീയും വർണമഹിമയില്ലാത്തവരായി പണ്ടേ അർജുനന് തോന്നിയതാണ്. അർജുനന്റെ വിഷാദരോഗലക്ഷണങ്ങൾ പെറ്റുപെരുകി വരികയാണ്. ബ്രാഹ്മണർ, ക്ഷത്രിയർ, വൈശ്യർ, ശൂദ്രർ എന്നീ നാലു വർണ്ണങ്ങളും അവരുടെ സങ്കരം കൊണ്ടുണ്ടായ പതിനൊന്നു വർണ്ണങ്ങളിലുള്ള ഏകാദശ സങ്കരവർണങ്ങളും അർജുനൻ ഭഗവാന്റെ മുന്നിൽ അവതരിപ്പിക്കുകയാണ്. കൗരവരും പാണ്ഡവരും വംശ വിശുദ്ധിയുള്ളവരാണെന്നും അങ്ങനെയുള്ളവർ തമ്മിൽ യുദ്ധം ചെയ്ത് നശിച്ചാൽ ഏകാദശ സങ്കരവർണങ്ങൾ ഭരണസാരഥ്യം പിടിച്ചടക്കില്ലേ എന്ന അർജുന

മനസ്സ് അപാരം തന്നെ.

അർജ്ജുനന്റെ മനസ് നിറയെ ആ പതിനൊന്നു വർണം നൃത്തമാടി. വൈശ്യന് ശൂദ്രസ്ത്രീയിൽ പിറന്നവൻ കരണൻ, ബ്രാഹ്മണ ശ്രേഷ്ഠന് വൈശ്യ സ്ത്രീയിൽ പിറന്നവൻ അംബഷ്ടൻ, ക്ഷത്രിയന് ശൂദ്രസ്ത്രീയിൽ പിറന്നവൻ ഉഗ്രൻ, വൈശ്യന് ക്ഷത്രിയ സ്ത്രീയിൽ പിറന്നവൻ മാഗധൻ, ക്ഷത്രിയ സ്ത്രീയിൽ ശൂദ്രന് പിറന്നവൻ മാഹിഷ്യൻ, ക്ഷത്രിയ ജാതിയിൽ ശൂദ്രന് പിറന്നവൻ ക്ഷത്താവ്, ബ്രാഹ്മണ ജാതിയിൽ ക്ഷത്രിയനുണ്ടായവൻ സൂതൻ, ബ്രാഹ്മണ സ്ത്രീയിൽ വൈശ്യനു പിറന്നവൻ വൈദേഹകൻ, ശൂദ്ര സ്തീയിൽ വൈശ്യനു പിറന്നവളിൽ മാഹിഷ്യനുണ്ടായ പുത്രൻ രഥകാരൻ, ബ്രാഹ്മണന് ശൂദ്രസ്ത്രീയിൽ പിറന്നവൻ പാരശവൻ, ബ്രാഹ്മണസ്ത്രീയിൽ ശൂദ്രന് പിറന്നവൻ ചണ്ഡാളൻ... ഈ വർണസങ്കരം നമ്മുടെ ധർമ്മത്തെ നശിപ്പിക്കും. അർജ്ജുനൻ കരുതിക്കൂട്ടി തന്റെ വംശമഹിമ പറയുകയാണ്. പാണ്ഡുവിന്റെ പേരിൽ ഇന്ദ്രൻ കനിഞ്ഞു നൽകിയ ആൾ. അർജ്ജുനൻ ജാതി നോക്കി മാത്രമാണ് നാലു പേരേയും വിവാഹം ചെയ്തത്. ആദ്യം പാഞ്ചാലി, പിന്നെ ഉലൂപി, ചിത്രാംഗദ, അവസാനം ശ്രീകൃഷ്ണസഹോദരിയായ സുഭദ്രയെ തട്ടിക്കൊണ്ടുപോയി വിവാഹം ചെയ്തതടക്കം.

വലിയ ധർമ്മത്തെക്കുറിച്ച് പറയുന്ന അർജ്ജുനൻ ഈ ഭൂമിയിൽ ഒരേ വർണത്തിൽ പിറന്നവർ മാത്രം ജീവിച്ചാൽ മതിയെന്നും വർണസങ്കരത്തിൽ പിറന്നവർ ഈലോകത്തെ നശിപ്പിക്കുമെന്നും പറയുമ്പോൾ യുദ്ധഭൂമിയിൽ വെച്ച് അർജ്ജുനന്റെ മനോനില തെറ്റി എന്ന് വിചാരിച്ചാൽ എന്താണ് തെറ്റ്. പുരുഷനും സ്ത്രീയും പരസ്പരം പ്രണയിക്കുന്നത് വർണം നോക്കിയല്ല.. മനസ് തമ്മിലുള്ള ചേർച്ചയാണ് പ്രണയം. പരിശുദ്ധമായ നയം.. അതായത് പ്ര+നയം=പ്രണയം. പ്രണയത്തിന്റെ ഉത്പന്നമാണ് സന്തതികൾ.

മറ്റൊരു രീതിയിൽ പറയുകയാണെങ്കിൽ അർജ്ജുനൻ ഇവിടെ മനുസ്മൃതിയെ നിരാകരിക്കുന്നതായും കാണാം. മനുസ്മൃതിയിൽ പുത്രന്മാർ പന്ത്രണ്ട് തരത്തിലുണ്ടെന്നു പറയുന്നു. അർജ്ജുനൻ അതിൽ ഒന്നാമത്തെ പുത്രൻ, ഔരസ്യ പുത്രനായതിൽ അഭിമാനം കൊള്ളുന്നു. സ്വജാതിയിൽ നിന്ന് ഒരു കന്യകയെ സ്വീകരിച്ചു അവളിൽ ഭർത്താവ് തന്നെ ജനിപ്പിക്കുന്ന പുത്രനാണ് ഔരസ്യ പുത്രൻ. വർണസങ്കരം ഇല്ലാത്ത പുത്രൻ.

വംശമഹിമയുടേയും സ്വജനപക്ഷപാതത്തിന്റേയും മൂർത്തരൂപമായി അർജുനൻ യുദ്ധഭൂമിയിൽ പെരുമാറുന്നത് ആർക്കെങ്കിലും സഹിക്കാൻ കഴിയുമോ.?

നുറുങ്ങ്:

പുത്രൻ എന്ന വാക്ക് ഉണ്ടായത് എങ്ങനെ..?...

പും അഥവാ പുത് ഒരു നരകമാണ്. സന്താനമില്ലാത്ത ദമ്പതികൾ മരിക്കുമ്പോൾ അവരെ പാർപ്പിക്കുന്ന നരകം. പും എന്ന നരകത്തിൽ നിന്നും ത്രാണനം ചെയ്യുന്നവനെ (മോചിപ്പിക്കുന്നവനെ) പുത്രൻ എന്ന് വിളിച്ചു.

ദത്തുപുത്രനെ യഥാർത്ഥ പുത്രനായി കണക്കാക്കാം എന്ന് മനു പറയുന്നുണ്ട്. 'ഈ പുത്രൻ നിനക്ക് സ്വന്തമാകുന്നു'എന്ന് പറഞ്ഞു നീർവീഴ്ത്തി ദാനം ചെയ്യുന്ന പുത്രനാണ് ദത്തൻ അഥവാ ദത്തുപുത്രൻ.

ശ്ലോകം നാൽപ്പത്തിരണ്ട്, നാൽപ്പത്തിമൂന്ന്

സങ്കരോ നരകായൈവ
കുലഘ്നാനാം കുലസ്യ ച
പതന്തി പിതരോ ഹ്യേഷാം
ലുപ്ത പിണ്ഡോദക ക്രിയാഃ

ദോഷൈരേതൈഃ കുലഘ്നാനാം
വർണസങ്കരകാരകൈ
ഉത്സാദ്യന്തേ ജാതി ധർമ്മാഃ
കുലധർമ്മാശ്ച ശാശ്വതാഃ

വർണസങ്കരം അഥവാ ജാതിക്കലർപ്പ് കുലനാശകരുടേയും കുലത്തിന്റേയും നരകത്തിന്നായിട്ടുതന്നെ ഭവിക്കും. എന്തുകൊണ്ടെന്നാൽ, ഇവരുടെ പിതൃക്കൾ പിണ്ഡോദകക്രിയകൾ ഇല്ലാതെ പതിച്ചു പോകുന്നു.

കുലനാശകരുടെ വർണസങ്കരമുണ്ടാക്കുന്നതായ ഈ ദോഷങ്ങളാൽ ശാശ്വതങ്ങളായ ജാതിധർമങ്ങളും കുലധർമങ്ങളും നശിപ്പിക്കപ്പെടുന്നു.

ലേഖക ചിന്ത:

അർജുനൻ കുരുക്ഷേത്ര യുദ്ധഭൂമിയിൽ ഭഗവാൻ ശ്രീകൃഷ്ണനോട് അസ്ത്രായുധങ്ങൾ മാറ്റിവെച്ചു ചോദ്യാസ്ത്രങ്ങൾ വേനൽക്കാല മഴപോലെ ഇടിമിന്നൽ സഹിതം വർഷിക്കുകയാണ്. സമൂഹം മലീമസമായിക്കൊണ്ടിരിക്കുന്നതിന്റെ കാരണം വർണ സങ്കരമാണ്.

വർണസങ്കരം കുലത്തെ നശിപ്പിക്കുന്നു.കുലത്തിൽ പിറക്കുന്ന ഭാവി സന്താനങ്ങൾ തീർച്ചയായും നരകത്തിലാവും പ്രവേശിക്കുക. നരകത്തിൽ കിടക്കുന്ന വർണസങ്കര സന്തതികൾ കാരണം സ്വർഗത്തിൽ എത്തിയിട്ടുള്ള പൂർവികർക്ക് തിലോദകം തുടങ്ങിയ പിതൃപൂജകളൊന്നും ലഭിക്കാതെ വരും. തന്മൂലം സ്വർഗവാസികളായ പൂർവികർക്കും നരകത്തിൽ പോകേണ്ടി വരും.

ഭഗവാനേ കൃഷ്ണ, ഇതെന്തൊരു ദുരവസ്ഥയായിരിക്കും. നമ്മുടെ പൂർവികർ നൈർമല്യത്തോടെ ആചരിക്കുകയും പരിപോഷിപ്പിക്കുകയും ചെയ്തു കൊണ്ടിരിക്കുന്ന ആചാരാനുഷ്ഠാനങ്ങൾ, ജീവിതമൂല്യങ്ങൾ തലമുറ തലമുറ കൈമാറി തെറ്റാതെ ആചരിക്കുമ്പോൾ അത് പിതൃക്കൾക്കുള്ള ഉദകക്രിയ തന്നെയാണ്. പിൻതലമുറ ശരിയുടെ സന്ദേശവാഹകരാവുമ്പോൾ സംസ്കാരം നിലനിൽക്കുന്നു. അതുകൊണ്ട് സ്വജനങ്ങളെ കൊല്ലുന്നത് തെറ്റ് തന്നെയാണ്. കാലിൽ പാമ്പ് കടിയേറ്റാലും വിഷം ശരീരമാകെ വ്യാപിച്ച് തത്ക്ഷണം ശിരസ്സിലെത്തുന്നതുപോലെ സ്വജനങ്ങളെ കൊല്ലുന്നതു കൊണ്ടുണ്ടാകുന്ന പാപം കുലത്തെയൊട്ടാകെ നരകത്തിലാഴ്ത്തുന്നു.

കുറ്റം ചെയ്യുന്നവരെ ശിക്ഷിക്കാനായി എൺപത്തി ആറു നരകങ്ങളുള്ളത് അർജുനൻ കേട്ടിട്ടുണ്ട്. കാമാചാരന്മാർ, മാതാപിതാക്കളെ അവഹേളിക്കുന്നവർ, ഗുരുനിന്ദ നടത്തുന്നവർ എന്നിവർക്കായി ഏറ്റവും ഭീകരമായ കുംഭീ പാകനരകമുണ്ട്. അവിടെ വർണസങ്കരസന്തതികൾക്ക് യമധർമൻ വേണ്ട വിധത്തിൽ ശിക്ഷ നൽകുന്നുണ്ട്.

ഭഗവാനേ, കൃഷ്ണ.. ഈ യുദ്ധത്തിന്റെ ഫലമായി നിലവിലുള്ള ജാതിധർമ്മവും കുലധർമ്മവും നശിച്ചു പോകും. വർണമിശ്രംകൊണ്ടു കുലത്തെ നശിപ്പിക്കുന്ന കുലദ്രോഹികളുടെ ദുഷ്കർമ്മങ്ങൾ നിമിത്തം എല്ലാ ജാത്യാചാരങ്ങളുംകുലാചാരങ്ങളും നശിച്ചുപോകുന്ന യുദ്ധമാവും ഇത്.

അർജുനൻ സാമൂഹ്യ മാറ്റം ആഗ്രഹിക്കുന്ന വ്യക്തിയേ അല്ല എന്ന് വളരെ വ്യക്തം. അധികാരത്തിന്റേയും പാരമ്പര്യത്തിന്റേയും പേരു പറഞ്ഞ് അനാചാരങ്ങൾക്ക് ബലം നൽകാൻ ഉറവ തേടുന്ന തികച്ചും സ്വാർത്ഥത ബാധിച്ച മദ്ധ്യ വർഗ യുവാവ്. താൻ ചെയ്യുന്നത് മാത്രം ശരി മറ്റെല്ലാം തെറ്റാണെന്ന് സ്വയം സാക്ഷ്യപ്പെടു

ത്തുന്ന കൗശലക്കാരൻ. ഒരു ശരാശരി മദ്ധ്യവർഗത്തിന്റെ പ്രതിനിധിയായി അർജുനൻ നമ്മുടെ മുമ്പിൽ അസ്വസ്ഥത സൃഷ്ടിക്കുന്നു.

നുറുങ്ങ്:

കുലധർമം, പാരമ്പര്യം.. അതിൽ അഭിമാനം കൊണ്ട മഹാനുഭാവനാണ് ഏ. പി.ജെ.അബ്ദുൾകലാം. അദ്ദേഹത്തിന്റെ പേരിലെ ഇനീഷ്യൽ മാത്രം മതി നമ്മെ ആവേശം കൊള്ളിക്കാൻ. എ പി എന്നാൽ അദ്ദേഹത്തിന്റെ അച്ഛന്റെ അച്ഛന്റെ പേരായ അവുൾ ഫക്കീർ. ജെ എന്നാൽ ജൈനുലബ്ദീൻ. അദ്ദേഹത്തിന്റെ പിതാവ്. ഇതാണ് കുലധർമം.. ഇതാണ് യഥാർത്ഥ പാരമ്പര്യം.. ഇതാണ് പിതൃധർമ്മം.

ശ്ലോകം നാൽപ്പത്തിനാല്, നാൽപ്പത്തിയഞ്ച്

ഉത്സന്ന കുല ധർമ്മാണാം
മനുഷ്യാണാം ജനാർദ്ദന
നരകേ നിയതം വാസഃ
ഭവതീത്യനുശുശ്രുമ

അഹോ ബത മഹത് പാപം
കർത്തും വ്യവസിതാ വയം
യദ്രാജ്യ സുഖലോഭേന
ഹന്തും സ്വജനമുദ്യതാഃ

അല്ലയോ ജനാർദ്ദന, കുലധർമ്മം നശിച്ച മനുഷ്യർക്ക് എന്നും നരകത്തിൽ വാസം ഭവിക്കുന്നു എന്ന് ഞങ്ങൾ കേട്ടിട്ടു ണ്ട്.

അയ്യോ കഷ്ടം.! ഞങ്ങൾ മഹാപാപം ചെയ്യാൻ തുനിഞ്ഞല്ലോ. എന്തെന്നാൽ, രാജ്യ സുഖലോഭം മൂലം സ്വജനത്തെ കൊല്ലാൻ ഒരുമ്പെട്ടുവല്ലോ.

ലേഖക ചിന്ത:

കൃഷ്ണന്റെ മൗനം തുടരുകയാണ്. ആ മുഖം ശാന്തസാഗരം പോലെ മനോഹരം. അർജുനന്റെ ചോദ്യങ്ങളെല്ലാം വെറുതെ തൊടുത്തുവിട്ട ശരങ്ങളെ പോലെയാവുമോ? അവസാന വാക്ക്ശരം ഏറെ രസകരം. 'കുലധർമ്മം പാലിക്കാത്തവർ നരകത്തിൽ പതി ക്കുമെന്ന് കേട്ടിട്ടുണ്ട്'

അർജുനൻ തന്റെ നിലപാടുകളിൽ പ്രായോഗികത കൊണ്ടു വരി

കയാണ്. തന്റെ ബന്ധുവും ഏറ്റവും അടുത്ത സുഹൃത്തും വഴികാട്ടിയും ആയ കൃഷ്ണനെ ഇവിടെ വീണ്ടും ഒരിക്കൽ കൂടി ജനാർദ്ദന എന്ന് അഭിസംബോധന ചെയ്യുന്നത് വളരെ മഹത്വമാർന്ന മാതൃക തന്നെയാണ്. ഭഗവാൻ എന്നും ജനപക്ഷത്ത് മാത്രമാണെന്നും സാധാരണ ജനങ്ങളുടെ ജീവിത വ്യാപാരം മാതൃകാപരമാവണമെങ്കിൽ കുടുംബബന്ധങ്ങൾ പരിശുദ്ധമാകണമെന്നുമാണ് അർജുനൻ പറയുന്നത്. കുലധർമ്മം എന്നാൽ കുടുംബാംഗങ്ങൾ തമ്മിലുള്ള സാംസ്കാരിക ചേർച്ചയാണ്. സാംസ്കാരിക ചേർച്ചയുണ്ടാകുന്നത് പരസ്പരചർച്ചകളിലൂടെ അംഗങ്ങൾ തീരുമാനമെടുക്കുമ്പോഴാണ്. സ്നേഹവും ആദരവും അംഗീകാരവും കുടുംബത്തിൽ പരിപാലിക്കപ്പെടുമ്പോൾ അതുതന്നെയാണ് കുലധർമം. സാംസ്കാരിക പരിശുദ്ധിയാണ് മനുഷ്യജീവിതത്തിന്റെ ആത്യന്തിക ലക്ഷ്യം. സ്നേഹവും മോഹവും, ധനവും കനവുകളും വിദ്യയും സദ്യയും യുക്തിയും മുക്തിയും പ്രണയവും പ്രണവവും എല്ലാം സാംസ്കാരിക വിശുദ്ധിയുടെ നിറക്കൂട്ടുകളാണ്. ഇതാണ് കുടുംബത്തിലെ ധർമ്മ പ്രക്രിയകൾ. ഇതൊന്നുംമനുഷ്യരിലില്ലെങ്കിൽ അവർ നരകത്തിൽ തന്നെയാവും എത്തുക.

നരകം.. പേര് തന്നെ നോക്കുക.. നരന്റെ അകം നരകം. മൂന്ന് ലോകങ്ങളുടേയും നടുവിൽ തെക്കു ഭാഗത്തായി ഭൂമിക്ക് താഴെ പിതൃലോകം. പിതൃലോകത്തിന്റെ നാഥനാണ് കാലൻ. നീതിന്യായ വ്യവസ്ഥയിൽ ഏറ്റവും ധർമ്മനിഷ്ഠനായതിനാൽ ഒരു യമം (അളവ്) പോലും പക്ഷപാതം കാണിക്കാത്തവനായതിനാൽ കാലനെ യമധർമ്മൻ എന്നു വിളിക്കുന്നു. തെറ്റു ചെയ്തവരെ തെറ്റിന്റെ സ്വഭാവമനുസരിച്ച് യമധർമ്മൻ ഇരുപത്തിയെട്ട് നരകങ്ങളിലേക്ക് മനുഷ്യരെ പറഞ്ഞയക്കുന്നു.

കുംഭീപാക നരകത്തെക്കുറിച്ച് എല്ലാവരും പറഞ്ഞു കേട്ടിട്ടുണ്ട്. മൃഗപക്ഷ്യാദികളെ കൊന്നു തിന്നുന്നവനുള്ള നരകമാണ് കുംഭീപാകം. ഈ നരകത്തിൽ വലിയ വലിയ പാത്രങ്ങളിലായി എണ്ണ തിളപ്പിച്ച് ഒരുക്കിയിട്ടുണ്ട്. പാപികളെ യമകിങ്കരന്മാർ ഈ എണ്ണയിൽ സദാ മുക്കുകയും പൊക്കുകയും ചെയ്യുന്നു. അവർ കൊന്ന മൃഗ പക്ഷ്യാദികൾക്ക് എത്ര രോമമുണ്ടോ അത്രയും വർഷമാണ് ശിക്ഷയുടെ കാലാവധി. എണ്ണപ്പാത്രത്തിലിട്ട് പാകമാക്കുന്നതുകൊണ്ട് കുംഭീപാകം എന്ന പേര് വന്നു.

വൈതരണി.. അത് നരകത്തിലെ മഹാനരകമാണ്. ശാസ്ത്ര വിധികളെ മുഴുവൻ തള്ളിപ്പറഞ്ഞ് പ്രവർത്തിക്കുന്ന രാജാക്കന്മാർക്കും ജാരപുരുഷന്മാർക്കുമുള്ള നരകമാണ് വൈതരണി. ഈ നരകം മഹാഭയങ്കരം തന്നെയാണ്. വൈതരണി ഒരു നദിയാണ്. ആ നദി, മലം, മൂത്രം, രക്തം, ചലം, രോമം, എല്ല്, നഖം, മാംസം, കൊഴുപ്പ് ഇവയാൽ നിറഞ്ഞിരിക്കുന്നു. ഇതിൽ അനേകം ദുഷ്ടജന്തുക്കൾ നീന്തി രസിക്കുന്നുണ്ട്.

ഈ ജന്തുക്കൾ അതിൽ തള്ളുന്ന പാപികളെ കടിച്ചു വലിച്ചു തിന്നുകൊണ്ടിരിക്കും. പാപികൾ തന്റെ ശിക്ഷ കഴിയുന്നത് വരെ വൈതരണിയിലെ മലമൂത്ര ചലങ്ങൾ ഭക്ഷിച്ചു കഴിഞ്ഞു കൊള്ളുക.

അതുകൊണ്ട് ബന്ധുക്കളെ കൊല്ലാൻ വയ്യ. അത് മഹാപാപമാണ്. പാപകരമായതൊന്നും വേണ്ട. പാപം അഗ്നിബാധ പോലെയാണ്. ഒരാളുടെ വീട്ടിലുണ്ടാകുന്ന അഗ്നിബാധ കെടുത്തിയില്ലെങ്കിൽ മറ്റു വീടുകളിലേക്കുകൂടി വ്യാപിച്ച് എല്ലാം നശിപ്പിക്കുന്നതുപോലെയാണ് കുലനാശം വന്ന കുലങ്ങളുമായിട്ടുള്ള ബന്ധം ബന്ധപ്പെട്ട മറ്റെല്ലാ കുലങ്ങളേയും നശിപ്പിക്കും. അവിടത്തെ സന്തതികൾ നിത്യനരകത്തിൽപ്പെട്ടുഴലും. ശാസ്ത്രവിധികൾ തെറ്റിച്ച് എന്തിനാണ് വൈതരണിയിൽ എത്തിപ്പെടാൻ ശ്രമിക്കുന്നത്.

അല്ലയോ ചക്രപാണി, എന്റെ ജല്പനങ്ങൾ അങ്ങയിൽ ഒരു പ്രതികരണവും ഉണ്ടാക്കത്തതെന്തേ.? അങ്ങയുടെ ഹൃദയം വജ്രത്തെപ്പോലെ കാഠിന്യമുള്ളതോ? രാജ്യവും സുഖഭോഗങ്ങളുമെല്ലാം ക്ഷണികങ്ങളല്ലേ! അതറിഞ്ഞുകൊണ്ട് ബന്ധുക്കളെ കൊല്ലുന്നത് ഒഴിവാക്കുകയല്ലേ വേണ്ടത്.? എന്റെ അഗ്രജൻമാരെ കൊല്ലണമെന്ന ഉദ്ദേശ്യത്തോടെ നോക്കിയതുതന്നെ തികച്ചും മതിയായ പാപമല്ലേ? അർജുനൻ കിതയ്ക്കുന്നുണ്ടായിരുന്നു.

നുറുങ്ങ്:

ദൈവം സൃഷ്ടിച്ച ജീവികളിൽ നരന് വേണ്ടി മാത്രമാണ് നരകം. മറ്റെല്ലാജീവികളും മരിക്കുമ്പോൾ തന്നെ നേരിട്ട് ദൈവത്തിന്റെ മടിയിൽ എത്തിച്ചേരും. ഭൂമിയിലെ സസ്യ ജന്തു ജീവജാലങ്ങളെ മുഴുവൻ തിന്നുന്ന ഒരേയൊരു ജീവി മനുഷ്യൻ മാത്രമാണ്. അതുകൊണ്ടാണ് കാലത്തിന്റെ കൂടെ നടക്കുന്ന കാലൻ നരനു വേണ്ടി അവന്റെ പാപം കുറയ്ക്കാൻ വേണ്ടി ഇരുപത്തി എട്ടു നരകങ്ങൾ ഉണ്ടാക്കിയത്. സ്വാർഥതയില്ലാത്തവനു ലഭിക്കുന്നത് സ്വർഗം.

ശ്ലോകം നാൽപ്പത്തിയാറ്, നാൽപ്പത്തിയേഴ്

യദി മാമപ്രതീകാരം
അശസ്ത്രം ശസ്ത്രപാണയഃ
ധാർത്താഷ്ട്രാ രണേ ഹന്യുഃ
തന്മേ ക്ഷേമതരം ഭവേത്.

സഞ്ജയ ഉവാചഃ

ഏവമുക്താർജ്ജുനഃ സംഖ്യേ
രഥോപസ്ഥ ഉപാവിശത്
വിസൃജ്യ സശരം ചാപം
ശോക സംവിഗ്നമാനസഃ

എതിർക്കാതെ നിരായുധനായി നിൽക്കുന്ന എന്നെ ആയുധമേന്തിയ കൗരവർ യുദ്ധത്തിൽ കൊല്ലുമെങ്കിൽ അത് എനിക്ക് കൂടുതൽ ക്ഷേമകരമായിരിക്കും.

യുദ്ധഭൂമിയിൽ വെച്ച് ഇപ്രകാരം പറഞ്ഞ് ശോകാകുലചിത്തനായ അർജ്ജുനൻ അമ്പും വില്ലും താഴെയിട്ടു തേർത്തട്ടിൽ ഇരുന്നു.

ലേഖക ചിന്ത:

അർജ്ജുനൻ അവസാനതീരുമാനത്തിലെത്തിയിരിക്കുന്നു. ആശ്വാസം. യുദ്ധഭൂമിയിൽ വെച്ച് നിരായുധനും ചെറുത്ത് നിൽക്കാൻ കൂട്ടാക്കാത്തവനുമായ തന്നെ ധൃതരാഷ്ട്ടരുടെ പുത്രന്മാർ കൊല്ലുകയാണെങ്കിൽ അതായിരിക്കും തനിക്ക് ക്ഷേമതരം. ആയുധം ഉപേക്ഷിച്ച് കൗരവരുടെ ആക്രമണത്തിൽ കൊല്ലപ്പെട്ടാൽ അർജ്ജുനൻ വീരനാ

യകൻ ആകുമോ? എന്തൊരു മൂഢത്വമാണ് അദ്ദേഹം പ്രസ്താവിക്കുന്നത്. ജീവിതത്തിൽ എല്ലാ നിയമങ്ങളും ധർമ്മങ്ങളും കൃത്യമായി പാലിച്ച് കർമ്മങ്ങളോരോന്നും ധർമ്മനീതിയിലൂടെ ജീവിച്ചു കാണിച്ചു കൊണ്ടിരിക്കുന്ന ഭീഷ്മപിതാമഹനാണ് കൗരവസേനാനായകൻ. ഭീഷ്മരുടെ സേനാനായകത്വം കുരുക്ഷേത്ര ഭൂമിയെ ധർമ്മയുദ്ധമാക്കും. കൗരവരുടെ അധർമ്മ അനീതികളെ തടഞ്ഞു നിർത്തി ധർമ്മത്തെ സംരക്ഷിക്കാൻ ഭീഷ്മരുടെ നേതൃത്വം പ്രതിജ്ഞാബദ്ധമാണ്. ആ ഭീഷ്മരുടെ മുമ്പിൽ വെച്ച് നിരായുധനായ അർജുനനെ വധിക്കുമെന്ന് വിചാരിക്കുന്ന അർജുനൻ ഏതു പാഠപുസ്തകമാണ് പഠിച്ചത്. തല്ലേണ്ടപ്പോൾ തല്ലണം എന്നും തഴുകേണ്ടപ്പോൾ തഴുകണം എന്നും പഠിക്കാത്ത ക്ഷത്രിയൻ. തന്റെ ക്ഷേമംമാത്രം കാണുകയും മറ്റെല്ലാം മറന്ന് തന്നിലേക്ക് ചുരുങ്ങിപ്പോകുകയും ചെയ്യുന്ന ഒരു കേവല മനുഷ്യൻ. എന്തിനാണ് ഇത്രയും കാലം എല്ലാം പഠിച്ചു ജയിച്ചത്. പ്രയോഗിക്കാനറിയാത്ത വിദ്യ ഉപയോഗിക്കാതെ കിടക്കുന്ന ഖജനാവിലെ ധനശേഖരം പോലെ വെറും ജഡവസ്തുവാണ്.

നദിയിലേക്ക് ഇറങ്ങിയാലേ നദിയുടെ ആഴവും ഒഴുക്കും അറിയാൻ കഴിയൂ. നീന്തലറിയുന്നവൻ പുഴ കാണുമ്പോൾ പേടിച്ചുപോയാൽ പിന്നെങ്ങനെ മറുകരയിലെത്തും.

യുദ്ധത്തിൽ ജയിക്കുമോ എന്ന ആത്മവിശ്വാസക്കുറവ് അർജുനമനസ്സിനെ തളർത്തിയിരിക്കുന്നു.അർജുനൻ മൗനം പൂണ്ടു.

ശോകമൂകനായി യുദ്ധഭൂമിയുടെ മദ്ധ്യഭാഗത്ത് വില്ലും ശരവും താഴെയിട്ടു തേരിൽ തളർന്നിരുന്ന അർജുനന്റെ രൂപം ധൃതരാഷ്ട്രരെ, സഞ്ജയൻ ഒരു വർണ്ണചിത്രം പോലെ വരച്ചു കാട്ടി.

സഞ്ജയൻ പറഞ്ഞു. 'ധൃതരാഷ്ട്രമഹാരാജാവേ, അർജുനന്റെ മനോനില താളംതെറ്റിയ ഗാനം പോലെയായി മാറിയിരിക്കുന്നു. തീവ്രമായ വിഷാദം അവനിൽ വല്ലാത്ത അസ്വസ്ഥതകൾ സൃഷ്ടിച്ചിരിക്കുന്നു. സ്ഥാനഭ്രഷ്ടനാക്കപ്പെട്ട ഒരു രാജകുമാരൻ അപഹാസകഥാപാത്രമാകുന്നതുപോലെ, സൂര്യഗ്രഹണ സമയത്ത് പ്രകാശം അപ്രത്യക്ഷമാകുന്നതുപോലെ, ആയുധം ഉപേക്ഷിച്ച് രഥത്തിൽ നിന്നും താഴെയിറങ്ങിയ അർജുനൻ ദുഃഖത്തിന്റെ ആൾരൂപമായി കാണപ്പെട്ടു. അർജ്ജുനന്റെ കണ്ണുകൾ നിറഞ്ഞു തുളുമ്പി.'

ദൃക്സാക്ഷി വിവരണം നൽകുന്ന സഞ്ജയന്റെ ഈ വാക്കുക

ളോടെ ഒന്നാമദ്ധ്യായം അവസാനിക്കുന്നു. പ്രതീക്ഷയുടെ പുഷ്പ വല്ലി പടർന്നു പന്തലിച്ചു നിൽക്കുന്ന ഭഗവാന്റെ മുഖപ്പൂന്തോപ്പി ലേക്കായി ഓരോ നേത്രങ്ങളും.

ശ്രീ കൃഷ്ണാർജ്ജുനസംവാദത്തിൽ അർജ്ജുനവിഷാദയോഗം എന്ന അദ്ധ്യായം പൂർണമായി.

നുറുങ്ങ്:

ഭഗവദ്ഗീത പഠിക്കാൻ മാത്രം ഒരു ആഗോള സർവകലാശാല അത്യാവശ്യമാണ്. ഭാരതത്തിൽ അങ്ങനെ ഒരു സർവകലാശാല ഉണ്ടായാലും ഇല്ലെങ്കിലും പ്ളസ് വൺ ക്ളാസ്സിൽ കൗൺസലിങ് പഠനത്തിന്റെ ഭാഗമായി ഗീതയിലെ പ്രധാന ഭാഗങ്ങൾ പഠിപ്പിക്കാ നുള്ള സ്ഥൈര്യബുദ്ധി ഏത് പാഠപുസ്തക രചയിതാവിന്റെ തല യിലാണ് ഉണ്ടാവുക. അതിനുള്ള യോഗം എന്നാണുണ്ടാവുക.

യോജിപ്പിക്കുക, ചേർക്കുക എന്ന അർത്ഥമുള്ള 'യുജ്' എന്ന സംസ്കൃത ധാതുവിൽ നിന്നാണ് യോഗം എന്ന വാക്കുണ്ടായത്. അപൂർണനായ മനുഷ്യനെ പൂർണനാക്കാനുള്ള ചോദ്യോത്തരങ്ങ ളാണ് ഭഗവദ്ഗീത. അർജ്ജുനൻ ചോദ്യവും ഭഗവാൻ ഉത്തരവും.

●